Impressum
Verlag: BABADADA GmbH, Nedderfeld 112 , 22529 Hamburg
Geschäftsführer / Verlagsleitung: Harald Hof
Druck: Books on Demand GmbH, In de Tarpen 42, 22848 Norderstedt

Imprint
Publisher: BABADADA GmbH, Nedderfeld 112 , 22529 Hamburg, Germany
Managing Director / Publishing direction: Harald Hof
Print: Books on Demand GmbH, In de Tarpen 42, 22848 Norderstedt

ishuri
school

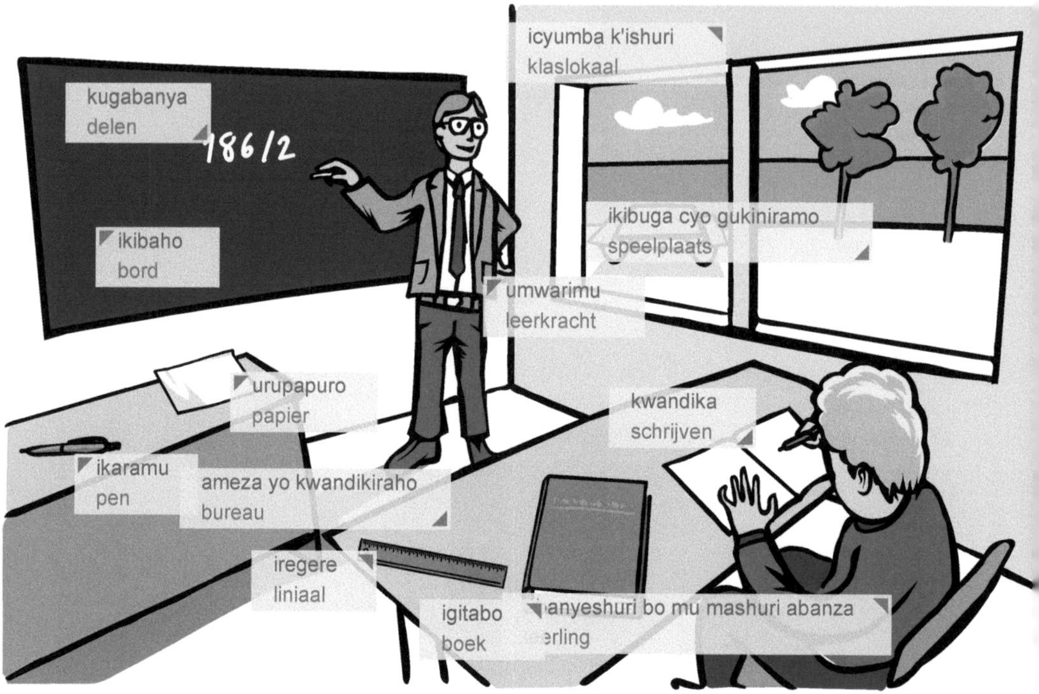
icyumba k'ishuri
klaslokaal
kugabanya
delen
186/2
ikibaho
bord
ikibuga cyo gukiniramo
speelplaats
umwarimu
leerkracht
urupapuro
papier
kwandika
schrijven
ikaramu
pen
ameza yo kwandikiraho
bureau
iregere
liniaal
igitabo
boek
anyeshuri bo mu mashuri abanza
erling

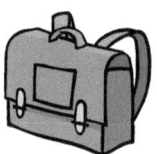

agahago k'ishuri
....
schooltas

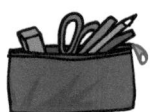

agasanduku k'amakaramu y'igiti
....
pennenzak

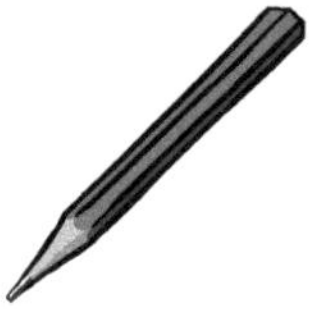

ikaramu y'igiti
....
potlood

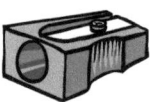

tayekereyo
....
puntenslijper

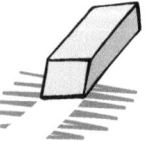

igome
....
gom

ikayi yo gushushanya
....
tekenblok

igishushanyo

tekening

uburoso bwo gusigisha

verfborstel

agasanduku k'amarangi
y'amabara

verfdoos

umukasi

schaar

kore

lijm

ikayi y'imyitozo

werkboek

umukoro w'imuhira

huiswerk

12

umubare

nummer

2+2

guteranya

optellen

5-2

gukuramo

aftrekken

2×2

gukuba

vermenigvuldigen

kubara

rekenen

A

ibaruwa

letter

ABCDEFG
HIJKLMN
OPQRSTU
VWXYZ

inyuguti uko zikurikirana

alfabet

hello

ijambo

woord

umwandiko

tekst

gusoma

Lezen

ingwa

krijt

isomo

les

igitabo cyo kwiyandikishamo

klassenboek

ikizami

examen

impamyabumenyi

certificaat

umwambaro w'ishuri

schooluniform

uburezi

onderwijs

inkoranyamagambo

encyclopedie

kaminuza

universiteit

mikorosikope

microscoop

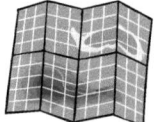

ikarita

kaart

pubere

papiermand

urugendo
reis

hoteli
hotel
Grand
inzu y'amacumbi
jeugdherberg
ROOMS
ku muvunjayi
wisselkantoor
EXCHANGE
ivarisi
koffer
imodoka
auto

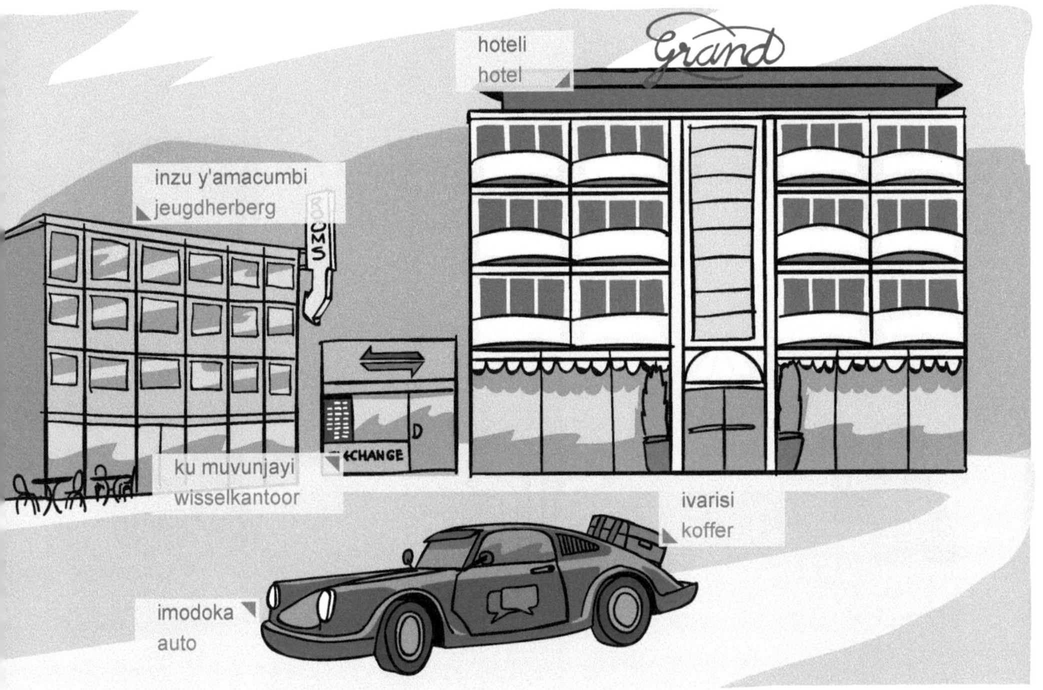

ururimi

Taal

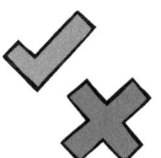

yego / oya

ja / nee

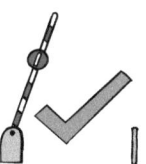

Yego

oké

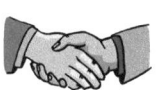

bite

hallo

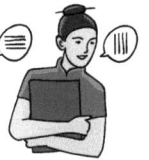

umusemuzi

vertaler

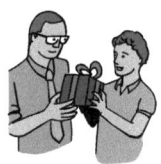

Murakoze

bedankt

ni angahe…?

Hoeveel kost …?

Sinsobanukiwe

Ik begrijp het niet

ikibazo

probleem

wiriwe!

Goedenavond!

Waramutse

Goedemorgen!

Ijoro ryiza

Goedenavond!

bayi

Tot ziens

ikerekezo

richting

imizigo

bagage

igikapo

zak

igikapo baheka

rugzak

umushyitsi

gast

icyumba

kamer

agafuko baryamamo

slaapzak

ihema

tent

amakuru y'ahasurwa na ba mukerarugendo

toeristeninformatie

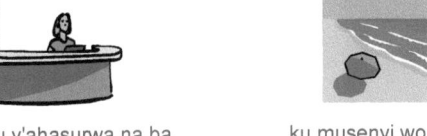

ku musenyi wo ku mazi

strand

ikarita ya banki

kredietkaart

ifunguro ryo gusamura

ontbijt

ifunguro rya ku manywa

lunch

ifunguro rya nimugoroba

avondeten

itike

ticket

asanseri

lift

itembure

postzegel

umupaka

grens

gasutamo

douane

ambasade

ambassade

viza

visum

pasiporo

paspoort

gutwara abantu n'ibintu
transport

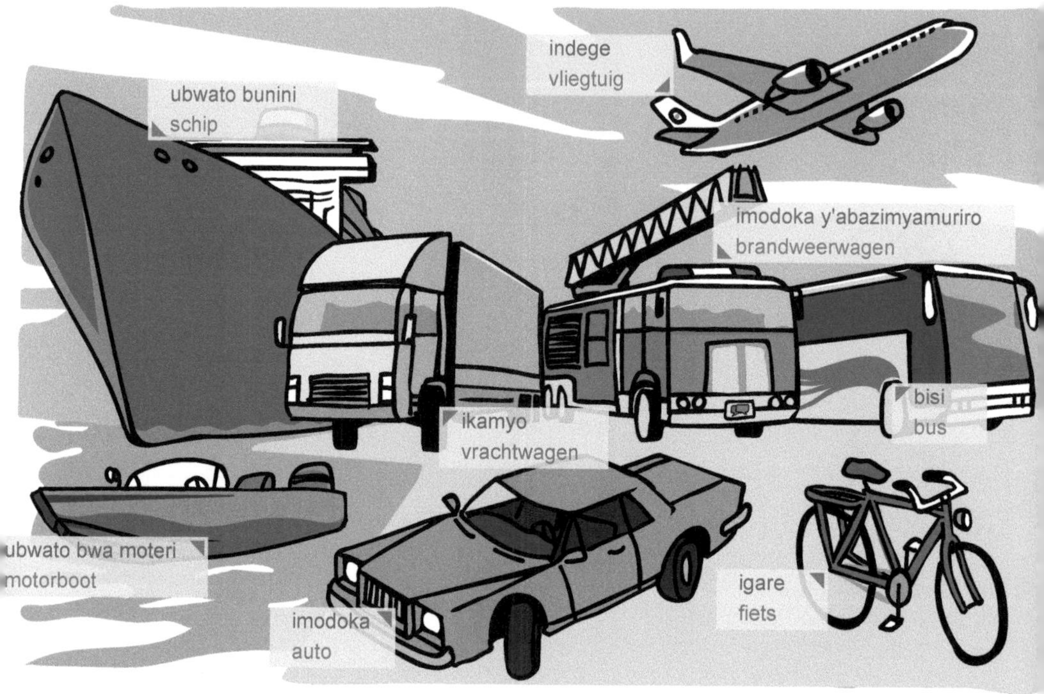

indege
vliegtuig
ubwato bunini
schip
imodoka y'abazimyamuriro
brandweerwagen
bisi
bus
ikamyo
vrachtwagen
ubwato bwa moteri
motorboot
igare
fiets
imodoka
auto

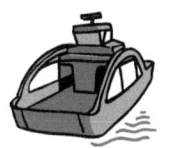

ubwato bwambutsa imizigo n'abantu
veerboot

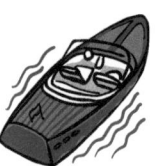

ubwato
boot

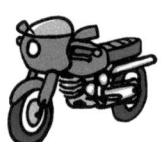

ipikipiki
motor

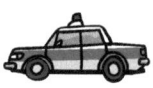

imodoka ya polisi
politiewagen

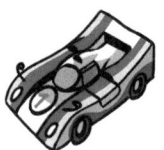

imodoka ya kuruse
racewagen

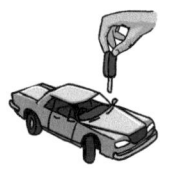

imodoka ikodeshwa
huurauto

gusangira imodoka

carpoolen

imodoka iterura izindi

sleepwagen

imodoka iyora imyanda

vuilniswagen

moteri

motor

lisansi

benzine

sitasiyo ya lisansi

benzinestation

icyapa kiyobora imodoka

verkeersbord

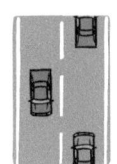

urujya n'uruza rw'imodoka

verkeer

ambuteyaje

file

parikingi y'imodoka

parkeerplaats

gare ya gariyamoshi

station

inzira ya gariyamoshi

sporen

gariyamoshi

trein

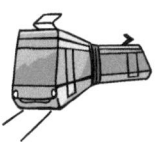

bisi ikoresha
amashanyarazi

tram

agatete k'imizigo gakururwa
n'imodoka

wagon

kajugujugu

helikopter

ikibuga k'indege

luchthaven

umunara

toren

umugenzi

passagier

konteneri

container

ikarito

karton

akagorofani ko mu iduka

kar

agaseke

mand

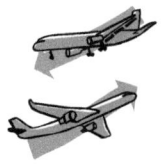

kuguruka / kururuka

opstijgen / landen

umugi

stad

umudugudu

dorp

mu mujyi rwagati

stadscentrum

inzu

huis

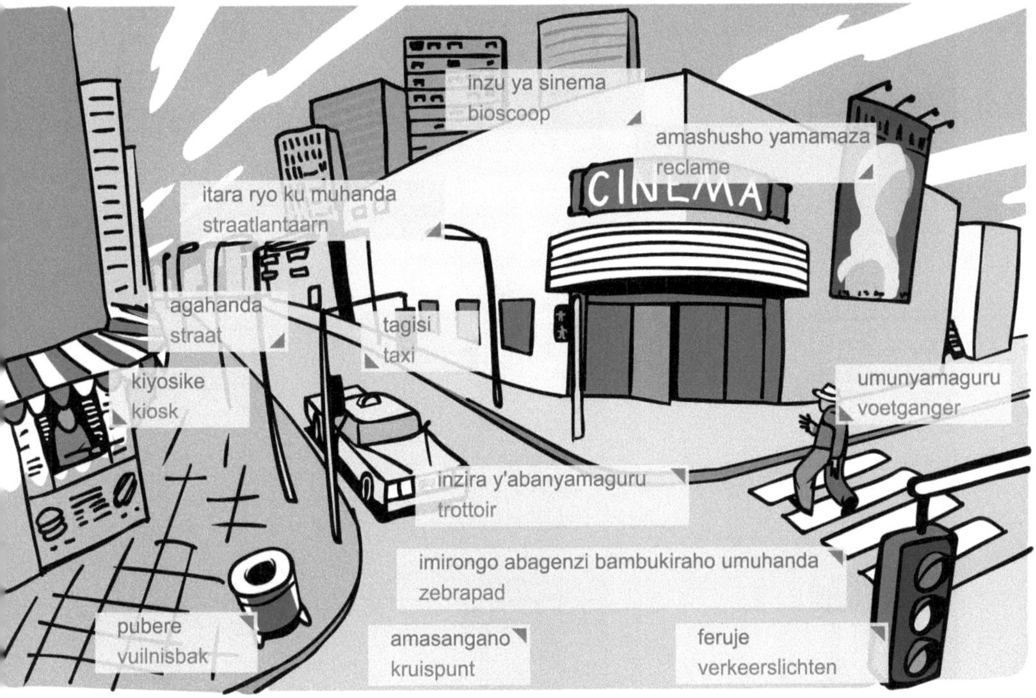

inzu ya sinema
bioscoop

amashusho yamamaza
reclame

itara ryo ku muhanda
straatlantaarn

CINEMA

agahanda
straat

tagisi
taxi

kiyosike
kiosk

umunyamaguru
voetganger

inzira y'abanyamaguru
trottoir

imirongo abagenzi bambukiraho umuhanda
zebrapad

pubere
vuilnisbak

amasangano
kruispunt

feruje
verkeerslichten

akaruri

hut

inzu ifatanye n'izindi

woning

gare ya gariyamoshi

station

ibiro bya meya

stadshuis

inzu ndangamurage

museum

ishuri

school

kaminuza

universiteit

banki

bank

ibitaro

ziekenhuis

hoteli

hotel

farumasi

apotheek

ibiro

kantoor

inzu bagurishirizamo ibitabo

boekwinkel

iduka

winkel

umucuruzi w'indabo

bloemenwinkel

amangazini manini

supermarkt

isoko

markt

idepo

warenhuis

umucuruzi w'amafi

vishandelaar

iduka rinini

winkelcentrum

icyambu

haven

parike

park

intebe y'urubaho

bank

iteme

brug

amadarajya

trap

inzira yo munsi y'ubutaka

metro

umuhanda wo munsi y'ubutaka

tunnel

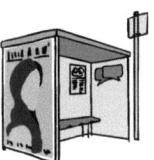

icyapa cya bisi

bushalte

bare

bar

resitora

restaurant

agasanduku k'amabaruwa

brievenbus

icyapa cyo ku muhanda

straatnaambord

mubazi ya parikingi

parkeermeter

zoo

zoo

pisine

zwembad

umusigiti

moskee

ifamu

boerderij

kwangiza umwuka

milieuverontreiniging

irimbi

kerkhof

ikiriziya

kerk

ikibuga k'imikino

speelplaats

urusengero

tempel

umurambi

landschap

ikibabi
blad

icyapa kiyobora
wegwijzer

inzira
weg

umukenke
weide

ibuye
steen

umuntu utembera mu misozi
wandelaar

igiti
boom

umugezi
rivier

ibyatsi
gras

indabo
bloem

ikibaya

vallei

agasozi

heuvel

ikiyaga

meer

ishyamba

bos

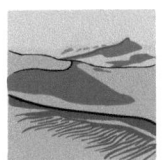

ubutayu

woestijn

ikirunga

vulkaan

ingoro

kasteel

umukororombya

regenboog

icyobo

paddenstoel

ikigazi

palmboom

umubu

mug

isazi

vlieg

intozi

mier

uruyuki

bijl

igitagangurirwa

spin

ikivumvuri

kever

igikeri

kikker

inkima

eekhoorn

imbuni

egel

urukwavu

haas

igihunyira

uil

inyoni

vogel

igishuhe

zwaan

isatura

wild zwijn

ingeragere

hert

impongo

eland

urugomero

dam

igipanga kikaraga kikazana
umuyaga

windturbine

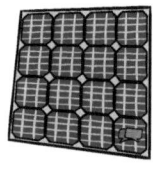

urubaho rukurura imirasire

zonnepaneel

ikirere

klimaat

resitora
restaurant

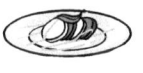

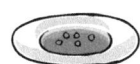

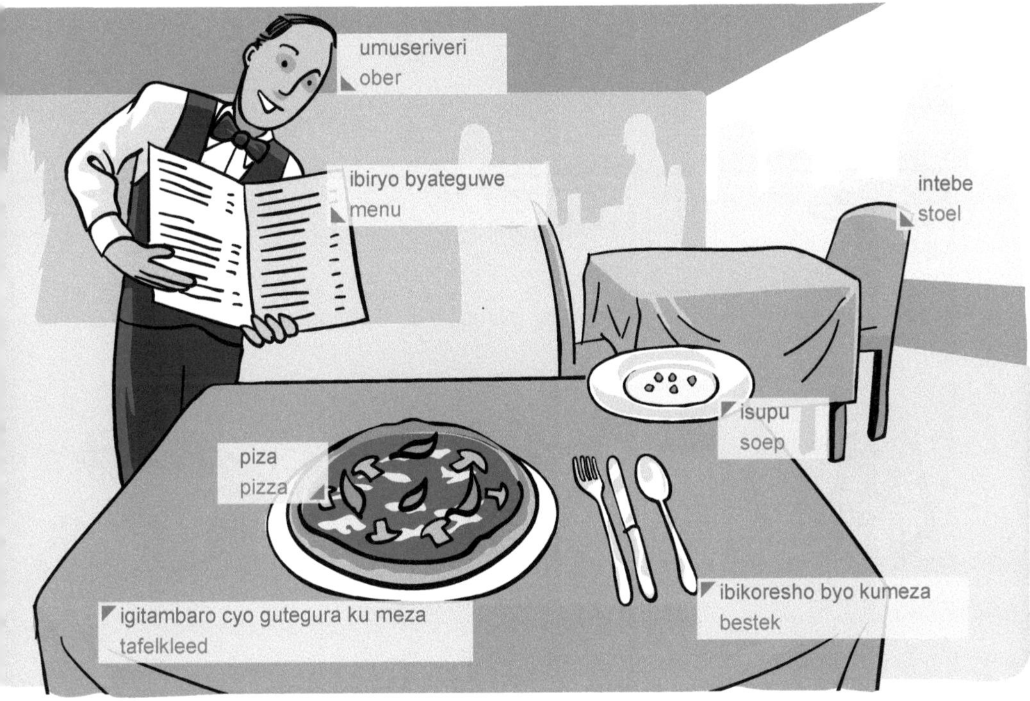
umuseriveri
ober
ibiryo byateguwe
menu
intebe
stoel
isupu
soep
piza
pizza
ibikoresho byo kumeza
bestek
igitambaro cyo gutegura ku meza
tafelkleed

aperitifu

voorgerecht

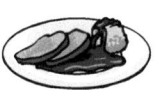

isahani nkuru

hoofdgerecht

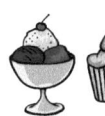

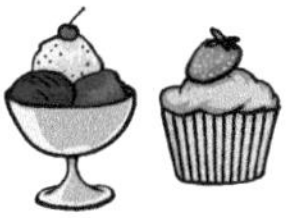

deseri

nagerecht

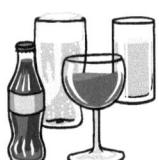

ibinyobwa

drankjes

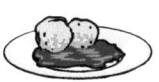

ibiribwa

eten

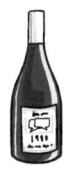

icupa

fles

ibiryo barya bagenda

fastfood

ibiryo byo kumuhanda

street food

ibirika y'icyayi

theepot

agakombe k'isukari

suikerpot

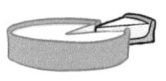

isahani y'ibiryo

portie

imashini y'ikawa ya esipereso

espressomachine

intebe ndende

kinderstoel

inyemezabuguzi

rekening

ipurato

dienblad

icyuma

mes

ikanya

vork

ikiyiko

lepel

akayiko k'icyayi

theelepel

seriviyete

serviette

ikirahure cyo kunywesha

glas

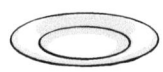

isahani

bord

isahani y'isupu

soepbord

agasutasi

schoteltje

isosi

saus

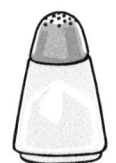

agacupa k'umunyu

zoutvatje

agasekuru k'urusenda

pepermolen

vinegere

azijn

amavuta

olie

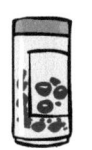

ibirunge

kruiden

kecapu

ketchup

mutaride

mosterd

mayonezi

mayonaise

amangazini manini

supermarkt

igiciro kidasanzwe
aanbieding
umukiriya
klant
ibiva mu mata
zuivelproducten
imbuto
fruit
akagorofani ko mu iduka
winkelwagen
FOR

BUTCHERS

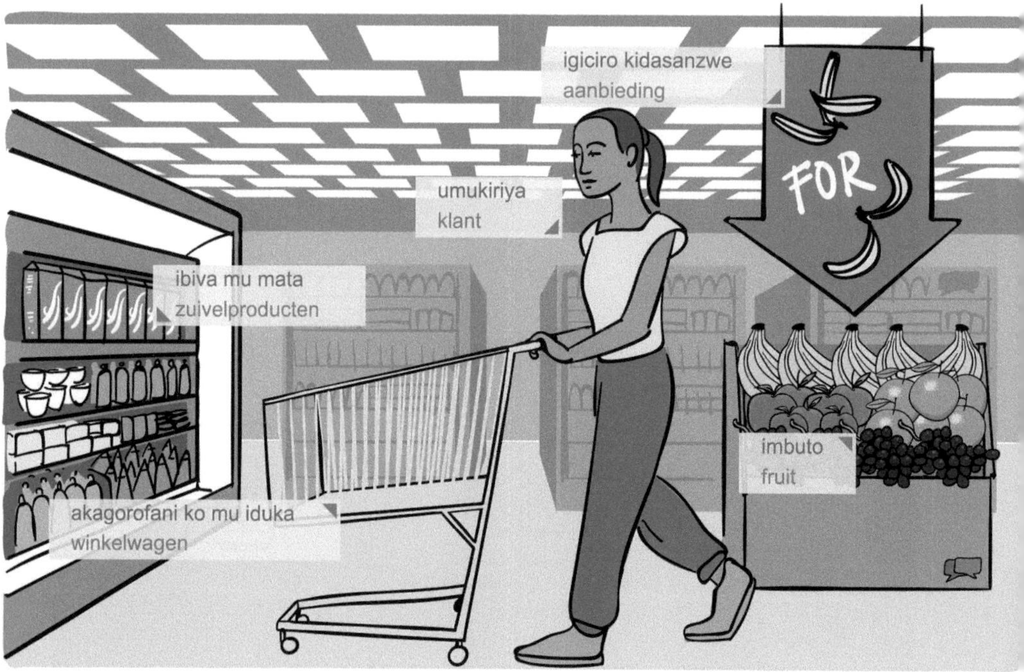

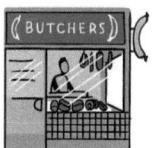

busheri

slagerij

BAKERY

buranjeri

bakkerij

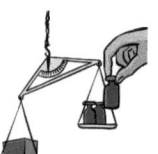

gupima ibiro

wegen

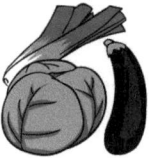

imboga

groenten

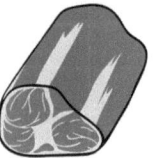

inyama

vlees

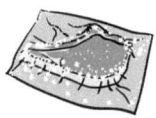

ibiryo bakonjesheje

diepvriesvoedsel

inyama zikonje

charcuterie

ibiryo byo mu makopo

conserven

isabune y'ifu

waspoeder

bombo

snoep

ibikoresho byo mu rugo

huishoudproducten

imiti isukura

schoonmaakproducten

umucuruzikazi

verkoopster

kukesa

kassa

umubitsi

kassier

urutonde rwo guhaha

boodschappenlijstje

amasaha haba hafunguye

openingstijden

ipotomoni

portefeuille

ikarita ya banki

kredietkaart

umufuka

tas

imifuko ya pulasitike

plastieken zakje

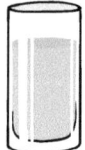

amazi

water

umutobe

sap

amata

melk

koka

cola

divayi

wijn

byeri

bier

inzoga

alcohol

shokora ishyushye

cacao

icyayi

thee

ikawa

koffie

ikawa ya esipereso

espresso

kapucino

cappuccino

umuneke

banaan

pome

appel

icunga

sinaasappel

wotameloni

meloen

indimu

citroen

karoti

wortel

tungurusumu

knoflook

umugano

bamboe

urutunguru

ajuin

icyoba

champignon

ubunyobwa

noten

amakaroni

noodles

spageti
spaghetti

umuceri
rijst

salade
salade

udufiriti
frieten

ibirayi by'ifiriti
gebakken aardappelen

piza
pizza

hamburugeri
hamburger

sanduwici
sandwich

escalope
kalfslapje

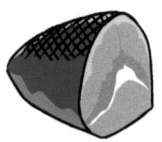

jambo
ham

salami
salami

sosiso
worst

inkoko
kip

kotsa
braden

ifi
vis

igikoma cy'uburo

havervlokken

pisitashi

muesli

impeke

cornflakes

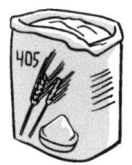

ifu

bloem

kuruwasa

croissant

amandazi

pistolet

umugati

brood

umugati wumishijwe

toast

ibisuguti

koekjes

amavuta

boter

forumaje year

kwark

keke

taart

igi

ei

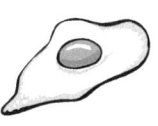

umureti

spiegelei

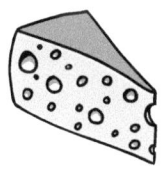

forumaje

kaas

ibiribwa - eten

ayisikirimu

ijs

isukari

suiker

ubuki

honing

konfitire

confituur

shokora

choco

kiri

curry

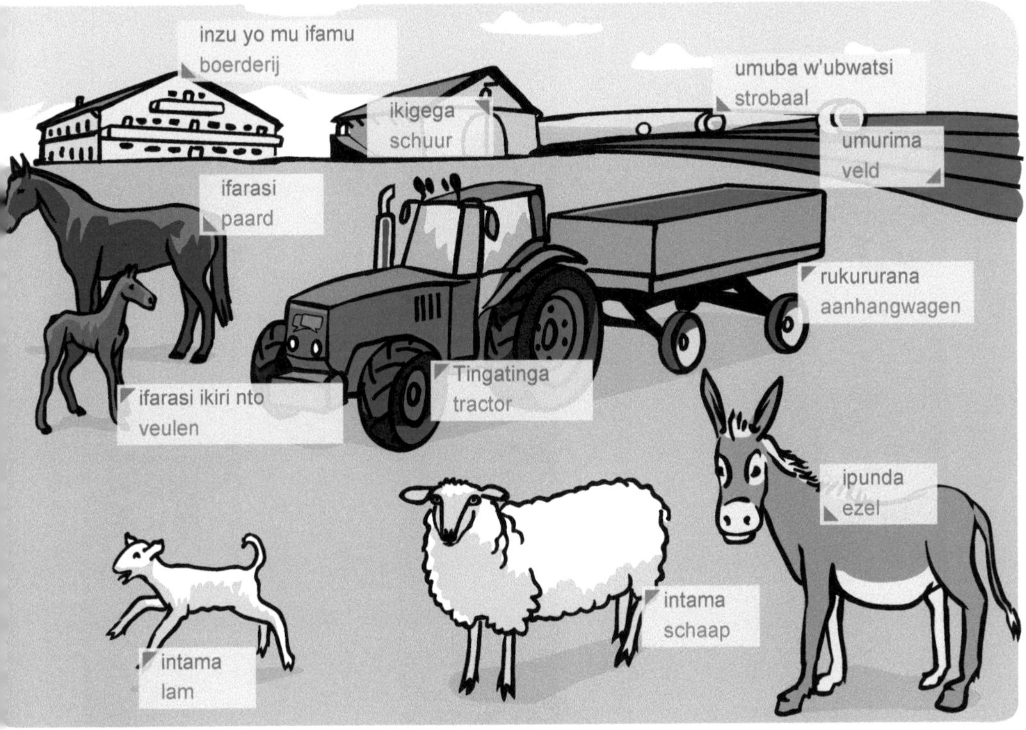

inzu yo mu ifamu
boerderij

umuba w'ubwatsi
strobaal

ikigega
schuur

umurima
veld

ifarasi
paard

rukururana
aanhangwagen

ifarasi ikiri nto
veulen

Tingatinga
tractor

ipunda
ezel

intama
schaap

intama
lam

ihene
geit

inka
koe

umutavu
kalf

ingurube
varken

ikibwana k'ingurube
biggetje

ikimasa
stier

igishuhe

gans

imbata

eend

umushwi

kuiken

inkokokazi

kip

isake

haan

imbeba

rat

injangwe

kat

imbeba

muis

ikimasa

os

imbwa

hond

ikiruka

hondenhok

itiyo ijyana mu karima

tuinslang

arozuwari

gieter

najuru

zeis

imashini ihinga

ploeg

najuru

sikkel

isuka

schoffel

rato

hooivork

ishoka

bijl

ingorofani

kruiwagen

ikibumbiro

trog

inkongoro

melkkan

igunira

zak

urugo

hek

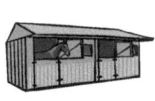

ikiraro

stal

inzu ihingwamo

broeikas

ubutaka

bodem

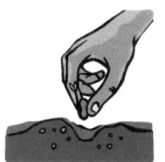

imbuto zo gutera

zaad

ifumbire

mest

imashini isarura

maaidorser

gusarura

oogsten

umusaruro

oogst

ibikoro

yam

ingano

tarwe

soya

soja

ikirayi

aardappel

ikigori

maïs

umwayi weze

koolzaad

igiti k'imbuto

fruitboom

umwumbati

maniok

impeke

graan

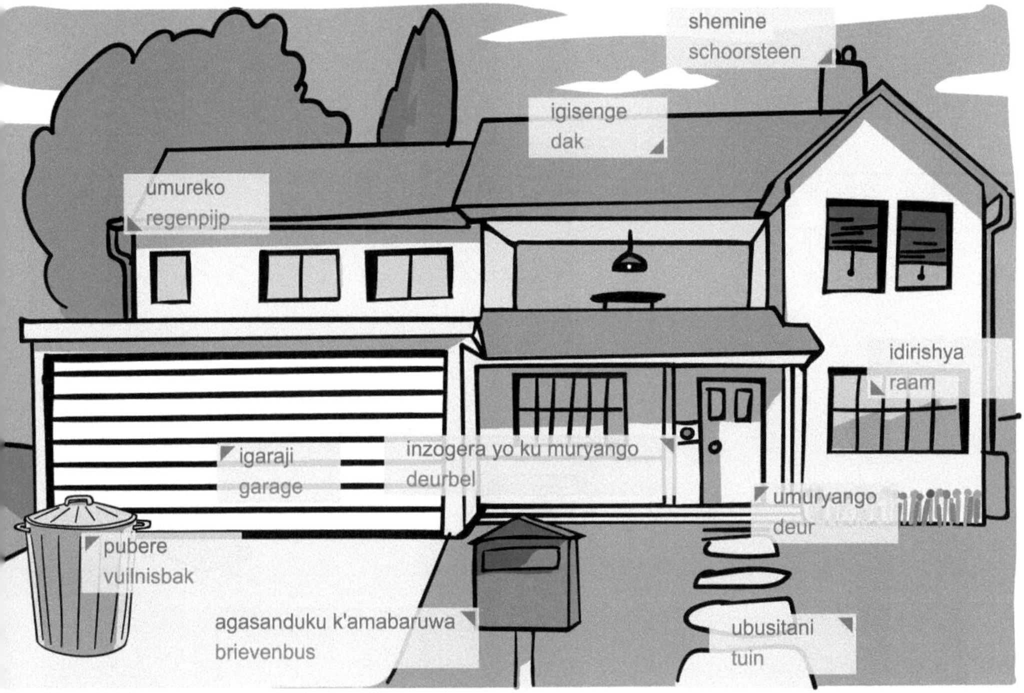

shemine
schoorsteen

igisenge
dak

umureko
regenpijp

idirishya
raam

igaraji
garage

inzogera yo ku muryango
deurbel

umuryango
deur

pubere
vuilnisbak

agasanduku k'amabaruwa
brievenbus

ubusitani
tuin

icyumba cy'uruganiriro

woonkamer

ubwogero

badkamer

igikoni

keuken

icyumba cyo kuraramo

slaapkamer

icyumba cy'abana

kinderkamer

uburiro

eetkamer

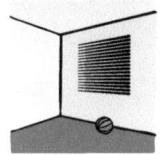

hasi

vloer

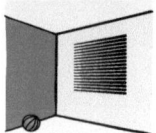

urukuta

muur

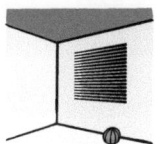

purafo

plafond

kave

kelder

sawuna

sauna

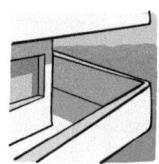

urubaraza

balkon

ku rubaraza

terras

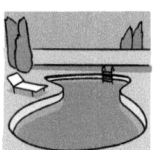

pisine

zwembad

imashini ikupakupa

grasmaaier

umwenda utwikira

dekbedovertrek

kuvureri

dekbed

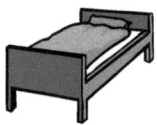

igitanda

bed

umweyo

bezem

indobo

emmer

enteributeri

schakelaar

icyumba cy'uruganiriro

woonkamer

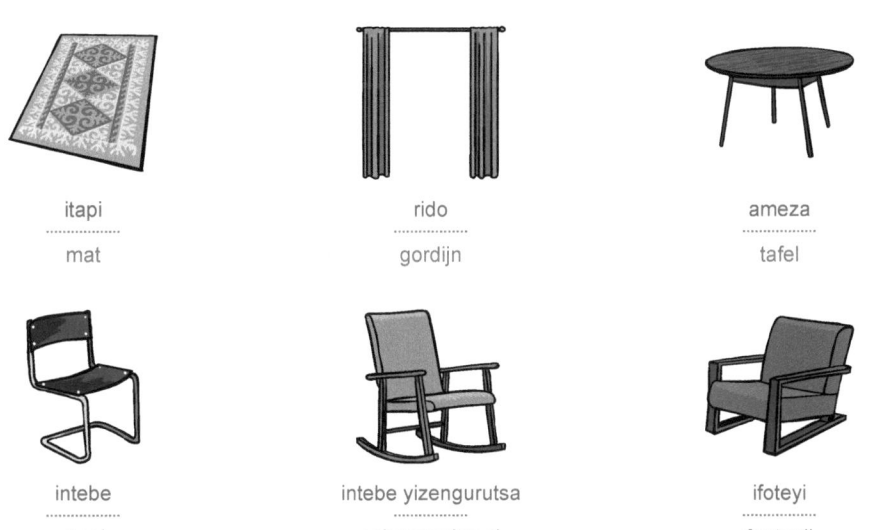

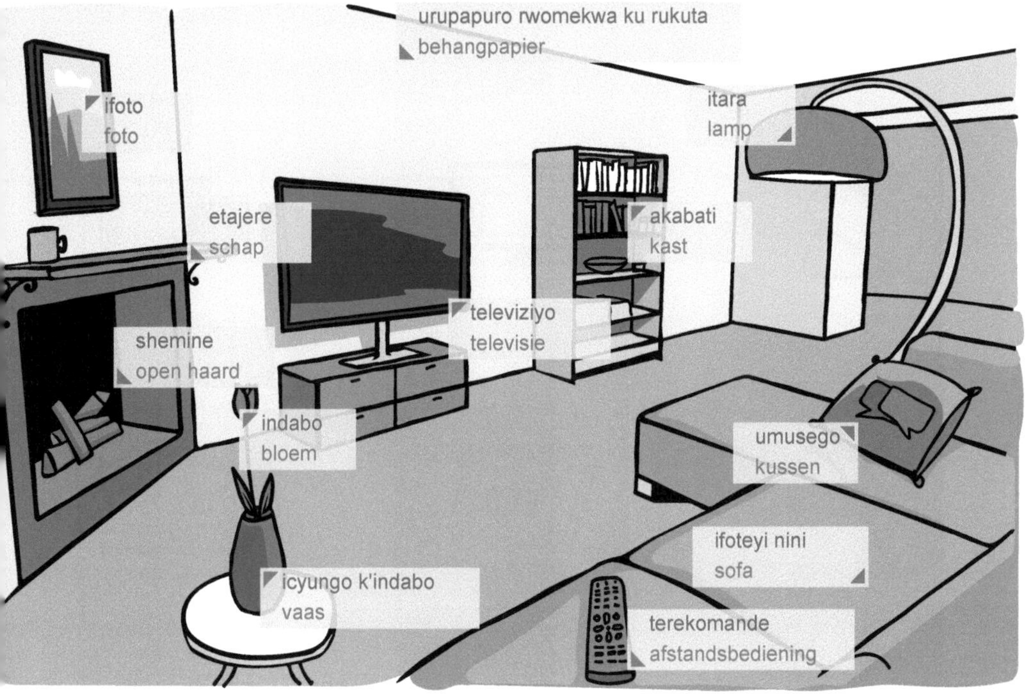

urupapuro rwomekwa ku rukuta
behangpapier
ifoto
foto
itara
lamp
etajere
schap
akabati
kast
televiziyo
televisie
shemine
open haard
indabo
bloem
umusego
kussen
ifoteyi nini
sofa
icyungo k'indabo
vaas
terekomande
afstandsbediening

itapi

mat

rido

gordijn

ameza

tafel

intebe

stoel

intebe yizengurutsa

schommelstoel

ifoteyi

fauteuil

igitabo

boek

uburingiti

deken

umutako

decoratie

inkwi

brandhout

filimi

film

ibikoresho bya hifi

stereo-installatie

urufunguzo

sleutel

ikinyamakuru

krant

ishusho

schilderij

icyapa

poster

iradiyo

radio

ikarine

notitieboekje

umweyo wa kizungu
ukoresha umwka

stofzuiger

ikimungu

cactus

buji

kaars

igikoni
keuken

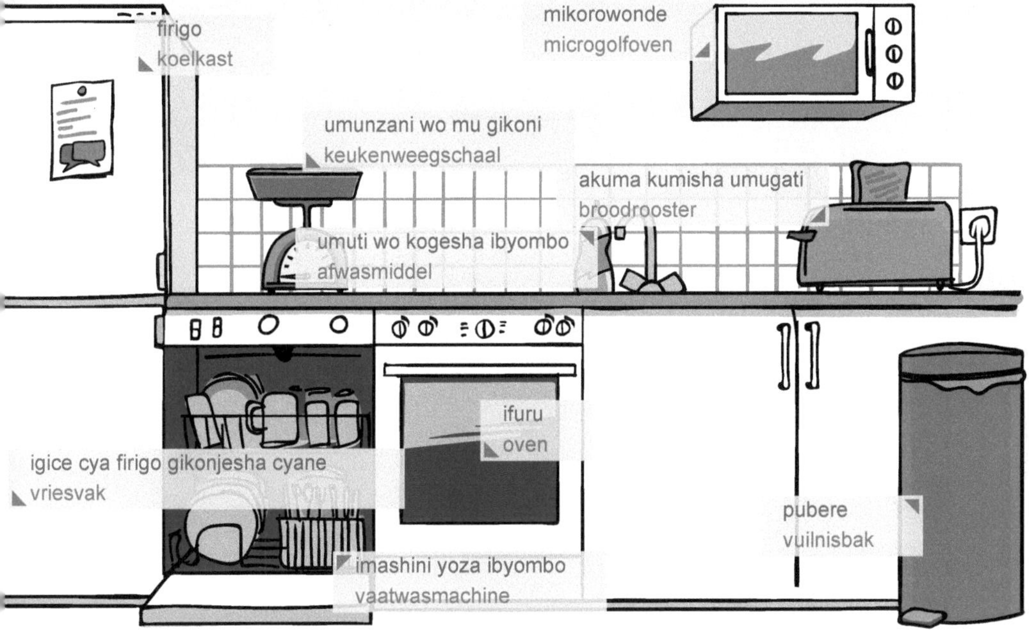

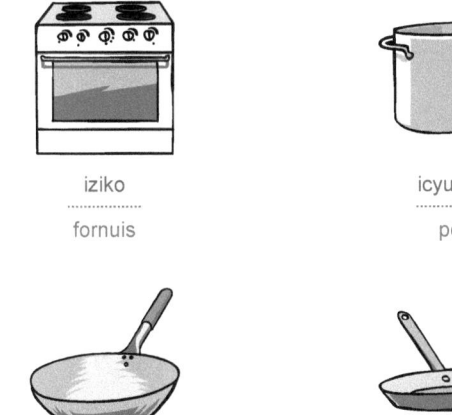

firigo
koelkast
mikorowonde
microgolfoven
umunzani wo mu gikoni
keukenweegschaal
akuma kumisha umugati
broodrooster
umuti wo kogesha ibyombo
afwasmiddel
ifuru
oven
igice cya firigo gikonjesha cyane
vriesvak
pubere
vuilnisbak
imashini yoza ibyombo
vaatwasmachine

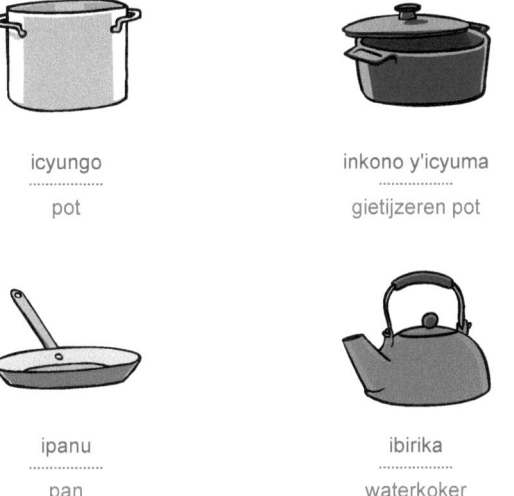

iziko

fornuis

icyungo

pot

inkono y'icyuma

gietijzeren pot

ipanu ifukuye cyane

wok / kadai

ipanu

pan

ibirika

waterkoker

isafuriya ya peresiyo

stoomkoker

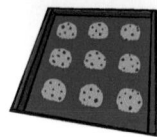

isahani yo mu ifuru

bakplaat

ibyombo

servies

igikombe

mok

isorori

kom

uduti abashinwa barisha

eetstokjes

ikiyiko kigabura

pollepel

Ikiyiko cyarura ifiriti

spatel

umutozo

garde

paswari

vergiet

akayunguruzo

zeef

agaharuzo ka karoti

rasp

isekuru

mortier

icyokezo

barbecue

shomine

haardvuur

akabaho ko gukatiraho
imboga

snijplank

umwuko

deegrol

urufunguzo rwa divayi

kurkentrekker

agakopo

blik

urufunguzo rw'amakopo

blikopener

umukondo w'icyungo

pannenlap

ravabo

gootsteen

uburoso

borstel

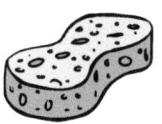

iponji

spons

mixer

blender

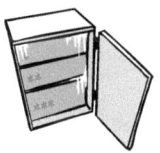

firigo itambitse

vriezer

bibero

papfles

robine

kraan

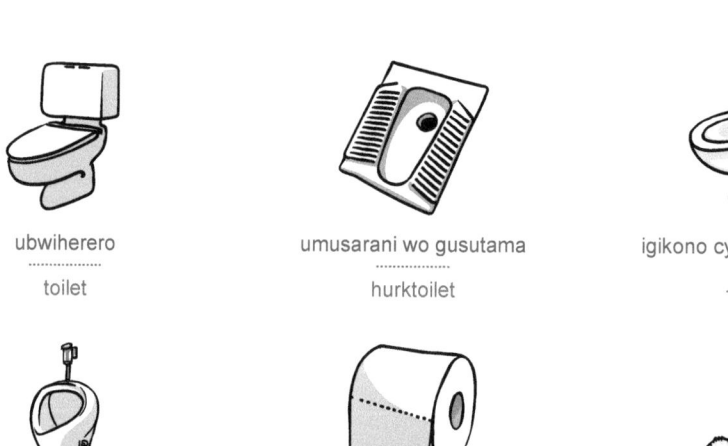

ubwogero
badkamer

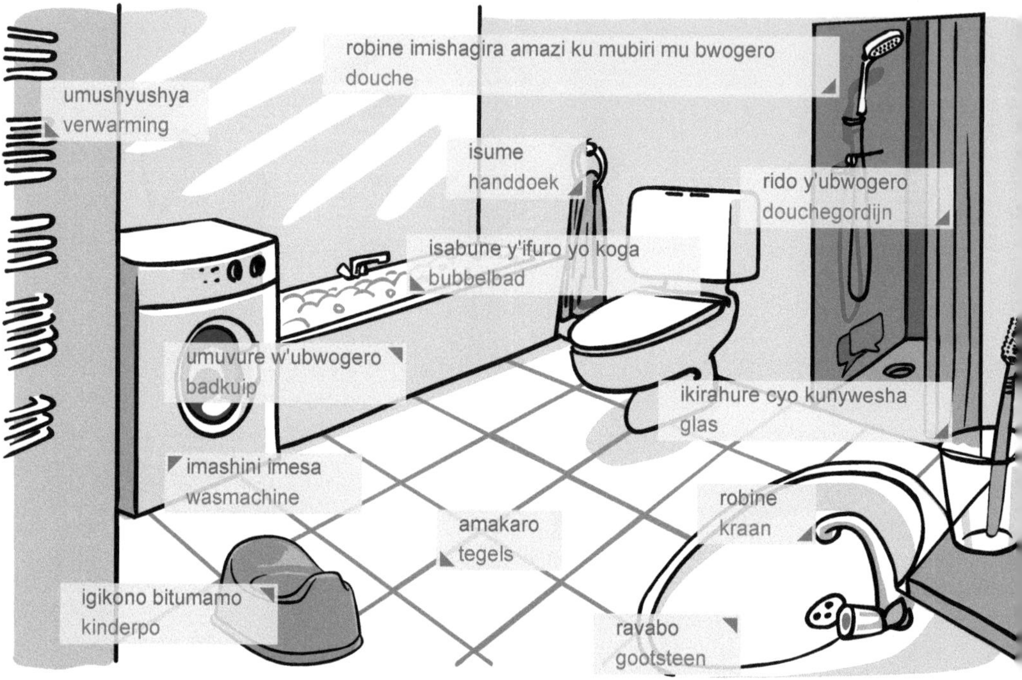

robine imishagira amazi ku mubiri mu bwogero
douche
umushyushya
verwarming
isume
handdoek
rido y'ubwogero
douchegordijn
isabune y'ifuro yo koga
bubbelbad
umuvure w'ubwogero
badkuip
ikirahure cyo kunywesha
glas
imashini imesa
wasmachine
robine
kraan
amakaro
tegels
igikono bitumamo
kinderpo
ravabo
gootsteen

ubwiherero
toilet

umusarani wo gusutama
hurktoilet

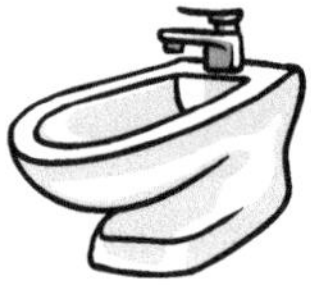
igikono cy'ubwiherero bwo mu nzu
bidet

aho bihagarika
urinoir

papiyejenike
toiletpapier

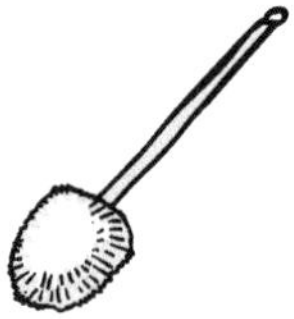
uburoso bwo mu bwiherero
toiletborstel

uburoso bw'amenyo

tandenborstel

korogati

tandpasta

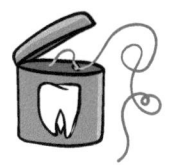

akagozi ko kwihaganyuza
amenyo

flosdraad

gukaraba

wassen

akamishagira amazi ku
mubiri bafata mu ntoki

handdouche

ubwogero bw'amazi yisuka

bidethanddouche

avabo bakarabiramo intoki

waskom

uburoso bwo kwitsiritisha
mu mugongo

rugborstel

isabune

zeep

isabune yo mu bwogero

douchegel

isabune yo kumeshesha
umusatsi

shampoo

icyangwe cyo kwiyuhagiza

washandje

kuyobora amazi yanduye

afvoer

ikimuri

crème

umubavu

deodorant

ikirori cyo mu ntoki

spiegel

ikirori cyo mu ntoki

handspiegel

urwembe

scheermes

ifuro ryo kurinda imiburu

scheerschuim

umuti ukingira imiburu

aftershave

igisokozo

kam

uburoso

borstel

imashini yumisha umusatsi

haardroger

amarashi y'umusatsi

haarlak

igishahuro cyo kwitera

make-up

rujalevure

lippenstift

verini y'inzara

nagellak

ipamba

watten

agasena inzara

nagelknipper

umubavu

parfum

agafuka k'ibikoresho byo
mu bwogero
....
toilettas

intebe
....
kruk

umunzani
....
weegschaal

ikanzu yo kujyana mu
bwogero
....
badjas

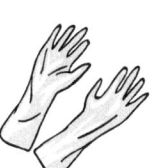

udupfukantoki two
gusukuza
....
latex handschoenen

urubindo
....
tampon

udupapuro two
wihanaguza mu bwiherero
....
maandverband

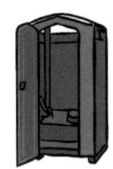

ubwiherero bwimukanwa
....
chemisch toilet

icyumba cy'abana

kinderkamer

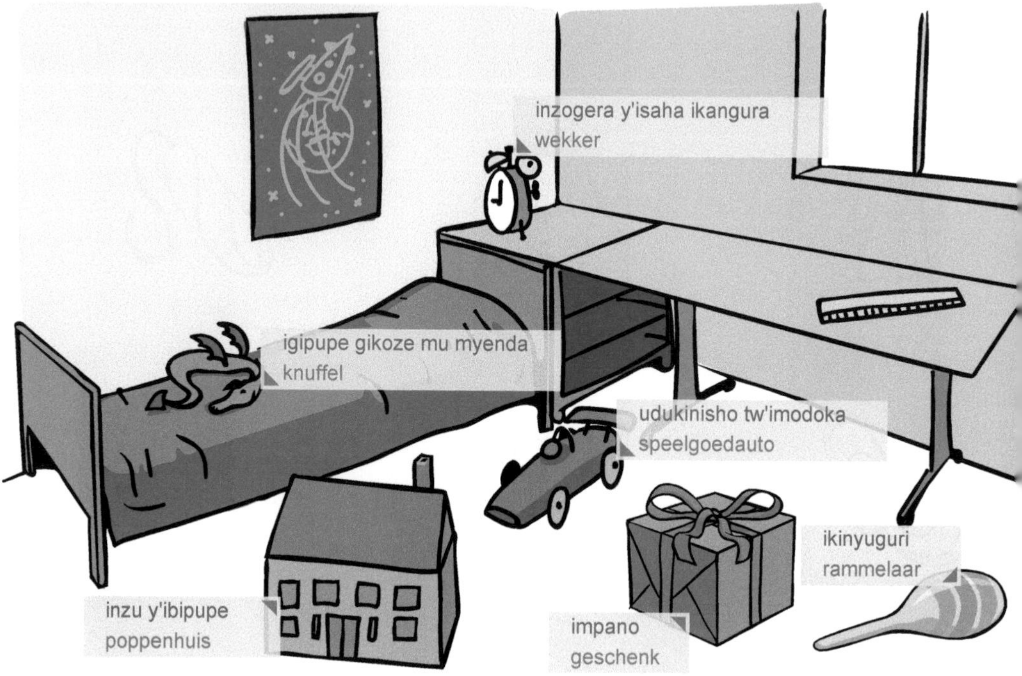

inzogera y'isaha ikangura
wekker
igipupe gikoze mu myenda
knuffel
udukinisho tw'imodoka
speelgoedauto
ikinyuguri
rammelaar
inzu y'ibipupe
poppenhuis
impano
geschenk

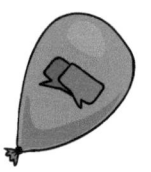

ballon

ballon

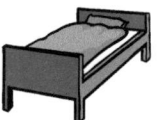

igitanda

bed

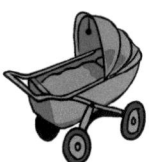

agapusipusi

kinderwagen

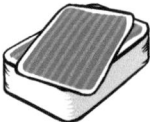

amakarita

spel kaarten

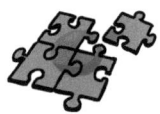

kubaka ishusho bacagaguye

puzzel

SUPER MEGA

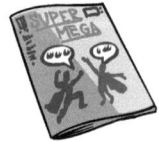

inkuru isetsa

stripboek

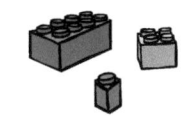

gucomekanya udutafari

legoblokjes

udutafari tw'udukinisho

blokken

igikinisho

actiefiguur

ipinjama y'uruhinja

kruippakje

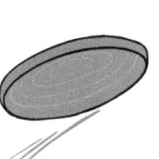

gutera indege

frisbee

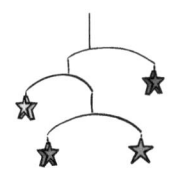

terefoni ngendanwa

mobiel

imikino yo kuganiriraho

bordspel

igisoro

dobbelsteen

gariyamoshi y'igikinisho

modelspoorweg

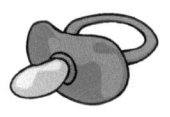

ikinyonyo

fopspeen

umunsi mukuru

feest

arubumu

prentenboek

umupira

bal

agapupe

pop

gukina

spelen

igikarito cy'umucanga

zandbak

urwicundo

schommel

ibikinisho

speelgoed

agasanduku k'imikino yo kuri videwo

spelconsole

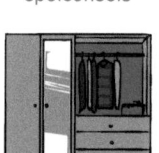

akagare k'imipine itatu

driewieler

igipupe k'ibyoya

knuffelbeer

akabati k'imyenda

kleerkast

imyambaro

kleding

amasogisi

sokken

amasogisi afatanye n'ikariso

kousen

kora

maillot

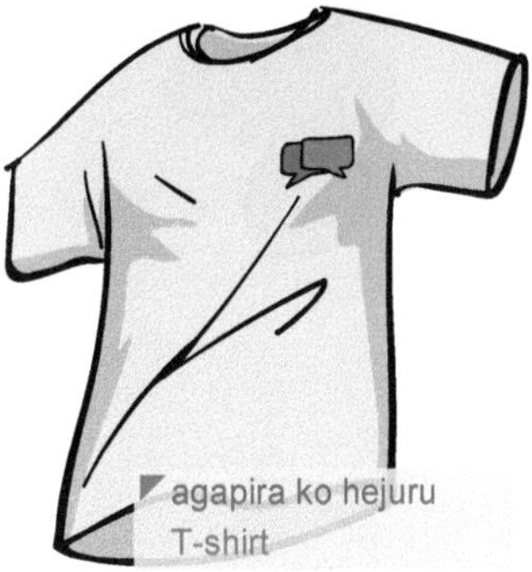

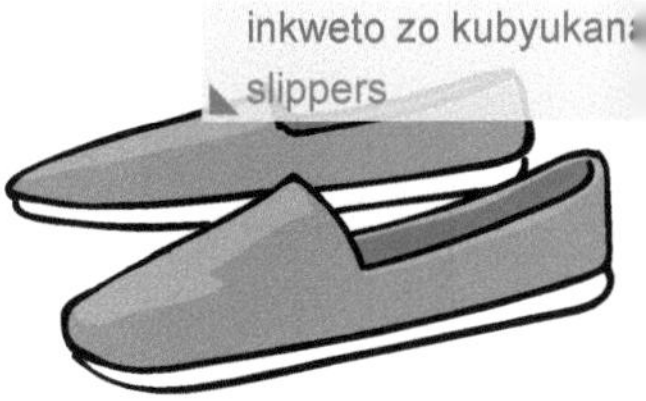

akitero
sjaal

umukandara
riem

umutaka
paraplu

agapira ko hejuru
T-shirt

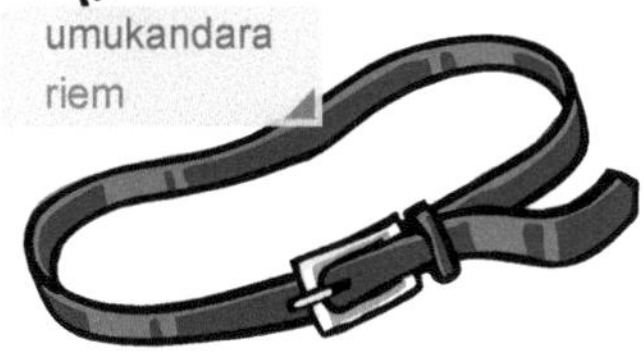

bote
laarzen

inkweto zo kubyukana
slippers

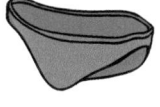

superese
sneakers

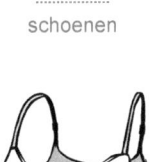

isandari
sandalen

inkweto
schoenen

bote za kawucu
rubberlaarzen

imyenda y'imbere
onderbroek

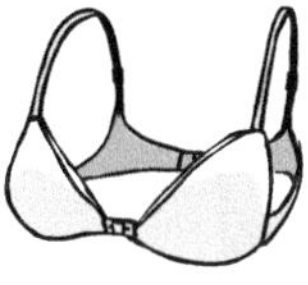

isutiye
beha

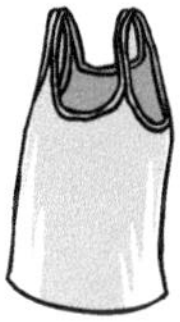

isengeri
onderhemd

body
lichaam

ipantalo
broek

ikoboyi
jeans

ijipo
rok

ishati y'abagore
blouse

ishati
hemd

umupira w'imbeho
trui

umupira w'ingofero
capuchontrui

agakoti
blazer

ijaketi
jas

ikoti
jas

ikoti ry'imvura
regenjas

umwambaro w'ibikino
kostuum

ikanzu
jurk

ikanzu y'abageni
trouwjurk

kostitimu

pak

ikanzu yo kurarana

nachthemd

ipinjama

pyjama

mukenyero w'abahindikazi

sari

igitambaro cyo mu mutwe

hoofddoek

urugori

tulband

umwitandiro uhisha isura

boerka

ikanzu ndende

kaftan

igishura

abaya

imyenda yo
kwidumbaguzanya

badpak

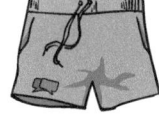

ikariso yo
kwidumbaguzanya

zwembroek

ikabutura

short

tereningi

trainingspak

itaburiya

schort

udupfukantoki

handschoenen

igipesu

knoop

amadarubindi

bril

igikomo

armband

umukufi

ketting

impeta

ring

iherena

oorbel

ingofero

pet

porutemanto

kapstok

ingofero

hoed

karuvati

das

imashini yo ku mwenda

rits

kasike

helm

amaburuteri

bretellen

umwambaro w'ishuri

schooluniform

impuzankano

uniform

agakingirankonda
....
slabbetje

ikinyonyo
....
fopspeen

amaranje
....
luier

ibiro
kantoor

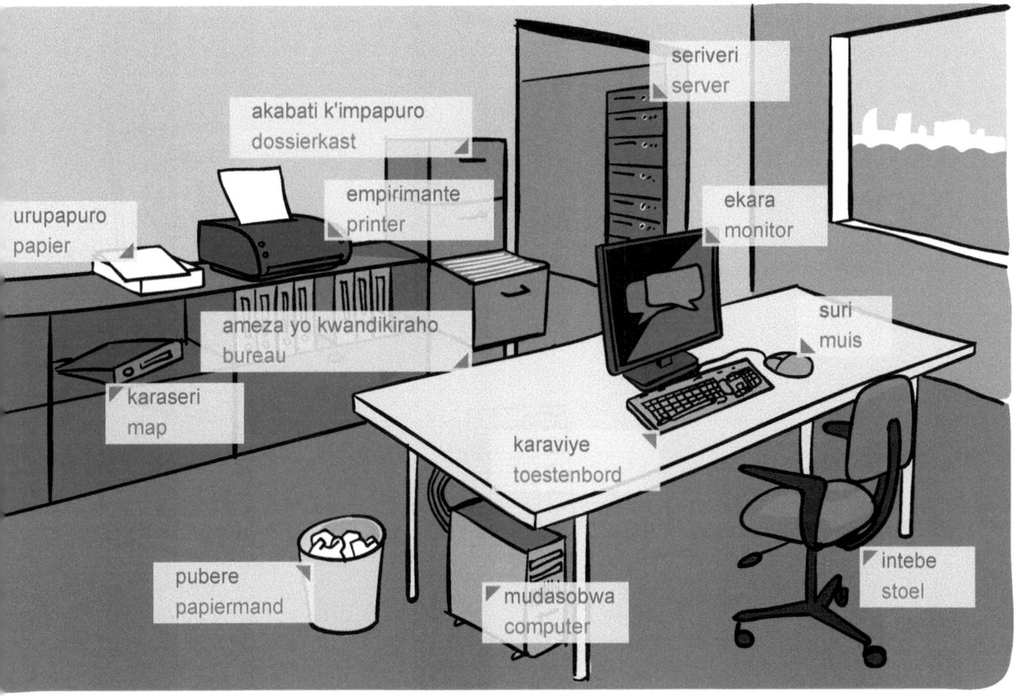

seriveri
server

akabati k'impapuro
dossierkast

empirimante
printer

ekara
monitor

urupapuro
papier

ameza yo kwandikiraho
bureau

suri
muis

karaseri
map

karaviye
toestenbord

pubere
papiermand

mudasobwa
computer

intebe
stoel

igikombe k'ikawa
....
koffiemok

akabarisho
....
rekenmachine

enterineti
....
internet

laputopu

laptop

ibaruwa

brief

ubutumwa

bericht

ngendanwa

gsm

netiwake

netwerk

fotokopiyeze

kopieerapparaat

porogaramu

software

telefoni

telefoon

purize

stopcontact

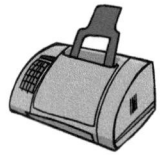

imashini yohereza fagisi

fax

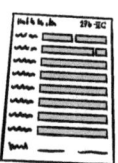

fomu

formulier

inyandiko

document

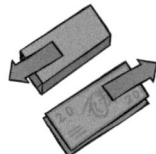

kugura
kopen

kwishyura
betalen

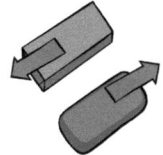

gucuruza
handelen

amafaranga
geld

idorari
dollar

iyero
euro

iyeni
yen

irubure
roebel

ifaranga ry'irisuwisi
Zwitserse frank

iriyuwani
Chinese renminbi

irupi
roepie

icyuma cya banki
babikurizaho
geldautomaat

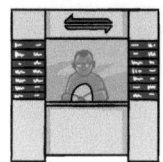

ku muvunjayi

wisselkantoor

zahabu

goud

feza

zilver

peteroli

olie

ingufu z'amashanyarazi

energie

igiciro

prijs

kontaro

contract

tagisi

belasting

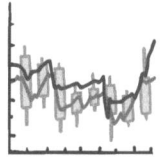

isoko ryo kugura no kugurisha

aandeel

gukora

werken

umukozi

werknemer

umukoresha

werkgever

uruganda

fabriek

iduka

winkel

umupolisi
politieagent

umuzimyamuriro
brandweerman

umutetsi
kok

muganga
dokter

umupilote
piloot

umujaridiniye

tuinman

umubaji

timmerman

umudozi

naaister

umucamanza

rechter

umunyabutabire

chemicus

umukinnyi wa filimi

acteur

umushoferi wa bisi

buschauffeur

umushoferi wa tagisi

taxichauffeur

umurobyi

visser

umugore ushinzwe gukora isuku

schoonmaakster

umufundi usakara

dakdekker

umuseriveri

ober

umuhigi

jager

umuntu usiga irangi

schilder

Umuntu ukora imigati

bakker

Umuntu ukora mu mashanyarazi

elektricien

umufundi

bouwvakker

injenyeri

ingenieur

umubazi

slager

umutnu ukora mu mazi

loodgieter

umuparanto

postbode

umusirikare

soldaat

umwubatsi

architect

umubitsi

kassier

muntu ukora mu by'indabo

bloemist

kimyozi

kapper

komvuwayeri

conducteur

umukanishi

mecanicien

kapiteni

kapitein

muganga w'amenyo

tandarts

umuhanga muri siyansi

wetenschapper

rabi

rabbijn

imamu

imam

umumwane

monnik

umuyobozi w'idini

geestelijke

ibikoresho
werktuigen

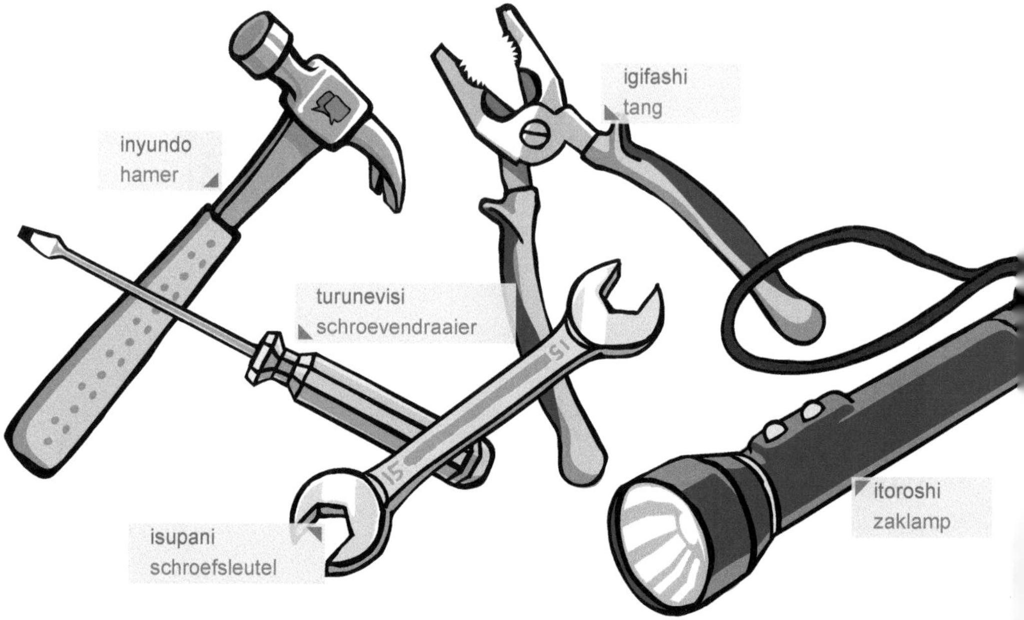
inyundo
hamer
igifashi
tang
turunevisi
schroevendraaier
isupani
schroefsleutel
itoroshi
zaklamp

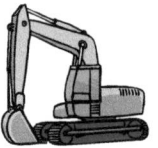

ipiki

graafmachine

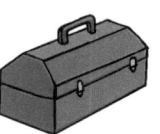

isanduku y'ibikoresho

gereedschapskoffer

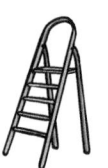

urwego

ladder

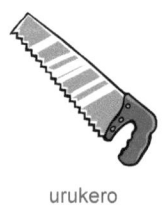

urukero

zaag

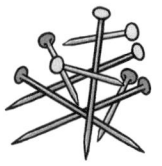

imisumari

spijkers

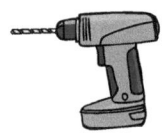

itindo

boormachine

gusana

repareren

igitiyo

schop

wo gacwa we

Verdomme!

igitiyo

blik

igikombe k'irangi

verfpot

amavisi

schroeven

ibyuma by'umuziki
muziekinstrumenten

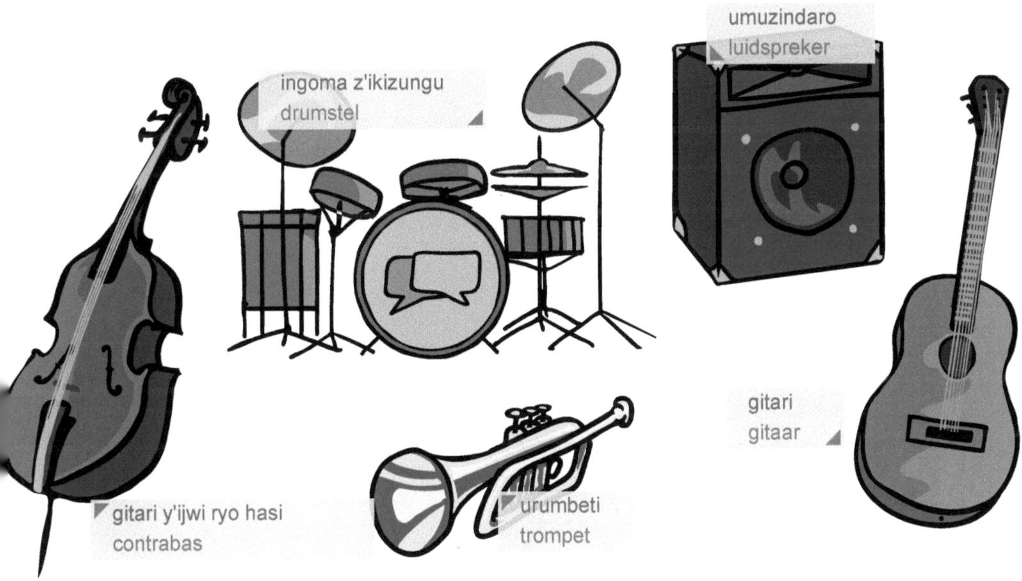

ingoma z'ikizungu
drumstel

umuzindaro
luidspreker

gitari
gitaar

gitari y'ijwi ryo hasi
contrabas

urumbeti
trompet

piyano

piano

iningiri

viool

gitari idunda

basgitaar

sembare

pauk

ingoma

trommels

inanga ya kizungu

keyboard

sagisofone

saxofoon

umwirongi

fluit

indangururamajwi

microfoon

ZOO

ZOO

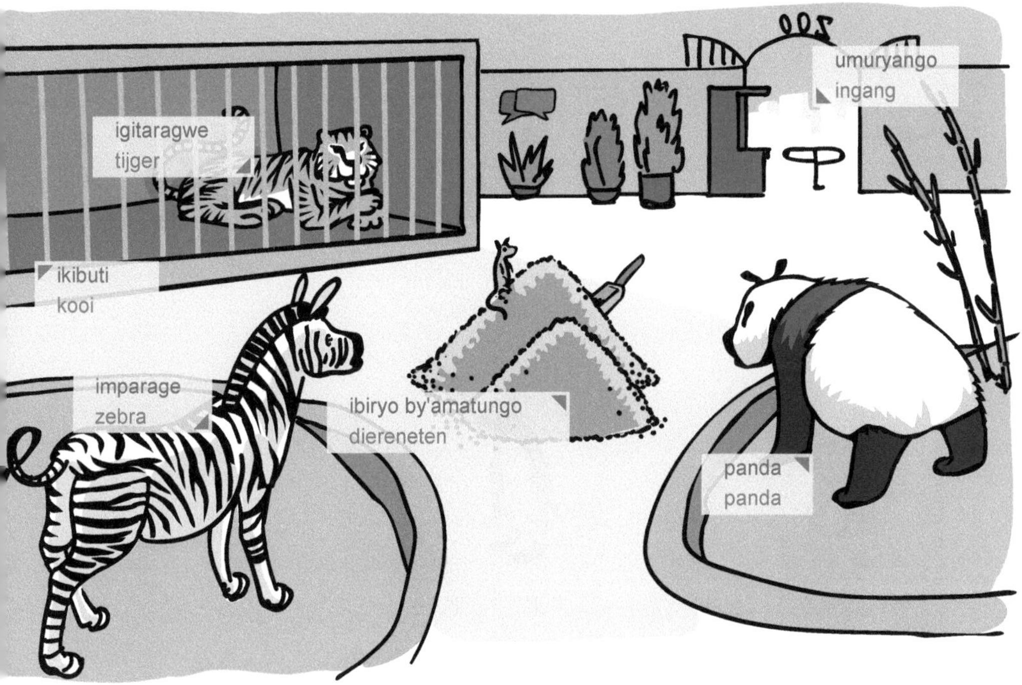
umuryango
ingang
igitaragwe
tijger
ikibuti
kooi
imparage
zebra
ibiryo by'amatungo
diereneten
panda
panda

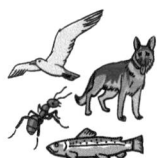

inyamaswa

dieren

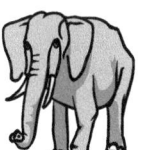

inzovu

olifant

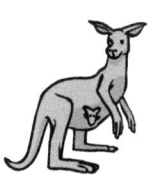

kanguru

kangoeroe

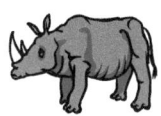

inkura

neushoorn

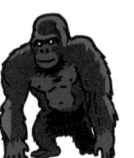

ingagi

gorilla

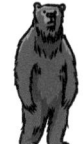

idubu

beer

ingamiya

kameel

imbuni

struisvogel

intare

leeuw

inguge

aap

uruyongoyongo

flamingo

gasuku

papegaai

idubu yo mu bukonie

ijsbeer

inyoni yo ku mazi

pinguïn

igifi kinini

haai

inyoni y'amasunzu

pauw

inzoka

slang

ingona

krokodil

umurinzi

dierenverzorger

umuhuri

zeehond

ingwe

jaguar

icyana k'ifarasi

pony

ingwe

luipaard

imvubu

nijlpaard

umusumbarembo

giraffe

inkona

adelaar

isatura

wild zwijn

ifi

vis

akanyamasyo

zeeschildpad

igifi k'imikaka

walrus

umuhari

vos

isha

gazelle

Futuboro y'abanyamerika
rugby

gusiganwa ku magare
wielrennen

tenisi
tennis

Basiketi
basketbal

umukino wo koga
zwemmen

Hoke yo ku rubura
ijshockey

umukino w'amakofe
boksen

umupira w'amaguru
voetbal

umukino wa badminton
badminton

abakina imikino
ngororamubiri
atletiek

handibolo
handbal

guserereka kuri neje
skiën

polo
polo

ibikorwa
activiteiten

gusimbuka
springen
guhobera
knuffelen
guseka
lachen
kugenda
wandelen
kuririmba
zingen
kurota
dromen
gusenga
bidden
gusomana
kussen

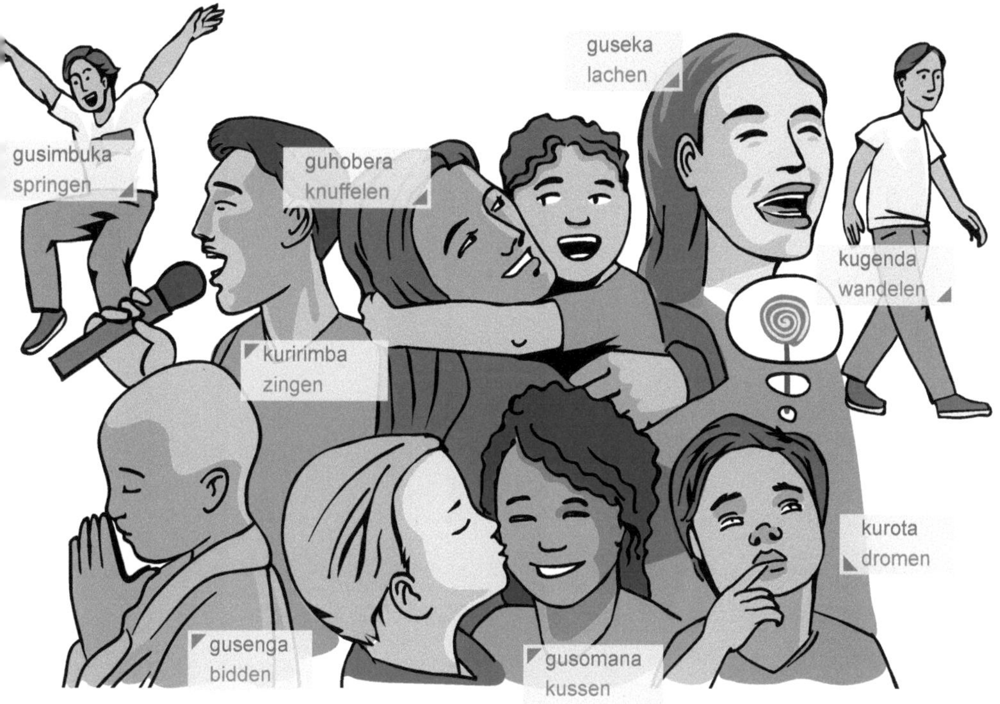

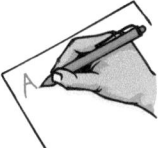

kwandika

schrijven

gushushanya

tekenen

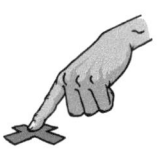

kwerekana

tonen

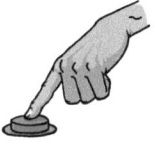

gusunika

duwen

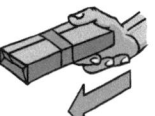

gutanga

geven

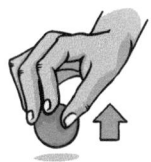

gufata

nemen

kugira

hebben

gukora

doen

kuba

zijn

guhaguruka

staan

kwiruka

lopen

gukurura

trekken

kujugunya

gooien

kugwa

vallen

kuryama

liggen

gutegereza

wachten

kwikorera

dragen

kwicara

zitten

kwambara

aankleden

gusinzira

slapen

gukanguka

ontwaken

kureba

kijken naar

kurira

wenen

kwagaza

aaien

gusokoza

kammen

kuvuga

praten

gusobanukirwa

begrijpen

kubaza

vragen

kumva

luisteren

kunywa

drinken

kurya

eten

gushyira ku murongo

opruimen

gukunda

houden van

guteka

koken

gutwara imodoka

rijden

kuguruka

vliegen

kugashya

zeilen

kubara

rekenen

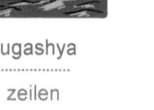

gusoma

Lezen

kwiga

leren

gukora

werken

kurongora

trouwen

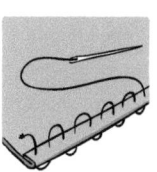

kudoda

naaien

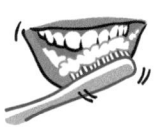

uburoso bw'amenyo

tandenpoetsen

kwica

doden

kunywa itabi

roken

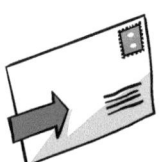

kohereza

sturen

umuryango
familie

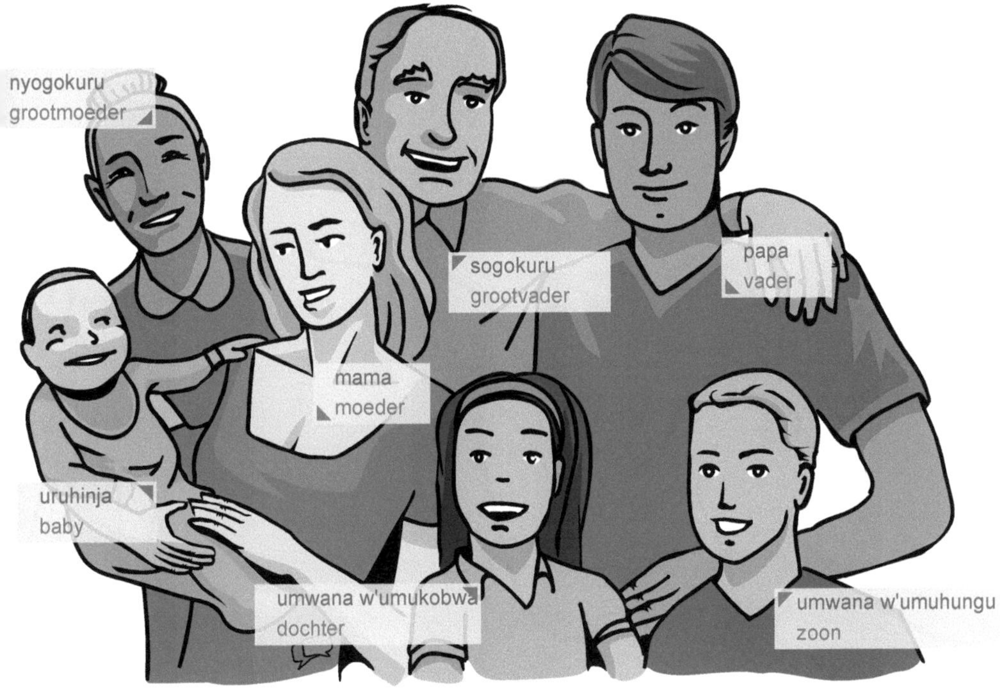
nyogokuru
grootmoeder
sogokuru
grootvader
papa
vader
mama
moeder
uruhinja
baby
umwana w'umukobwa
dochter
umwana w'umuhungu
zoon

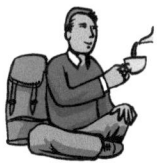

umushyitsi

gast

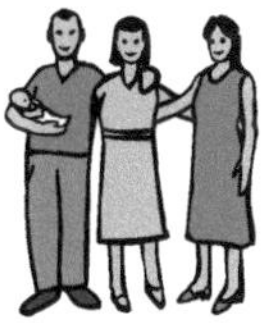

masenge

tante

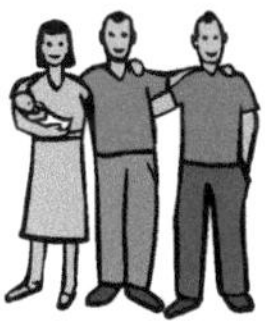

marume

oom

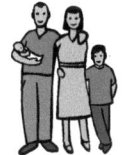

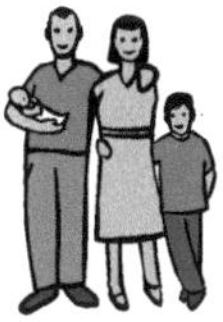

musaza wange

broer

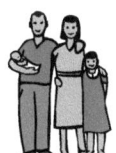

mushiki wange

zus

umubiri

lichaam

agahanga k'imbere
voorhoofd
ijisho
oog
urutugu
schouder
urutoki
vinger
isura
gezicht
akananwa
kin
ikiganza
hand
ukuguru
been
ibere
borst
ukuboko
arm

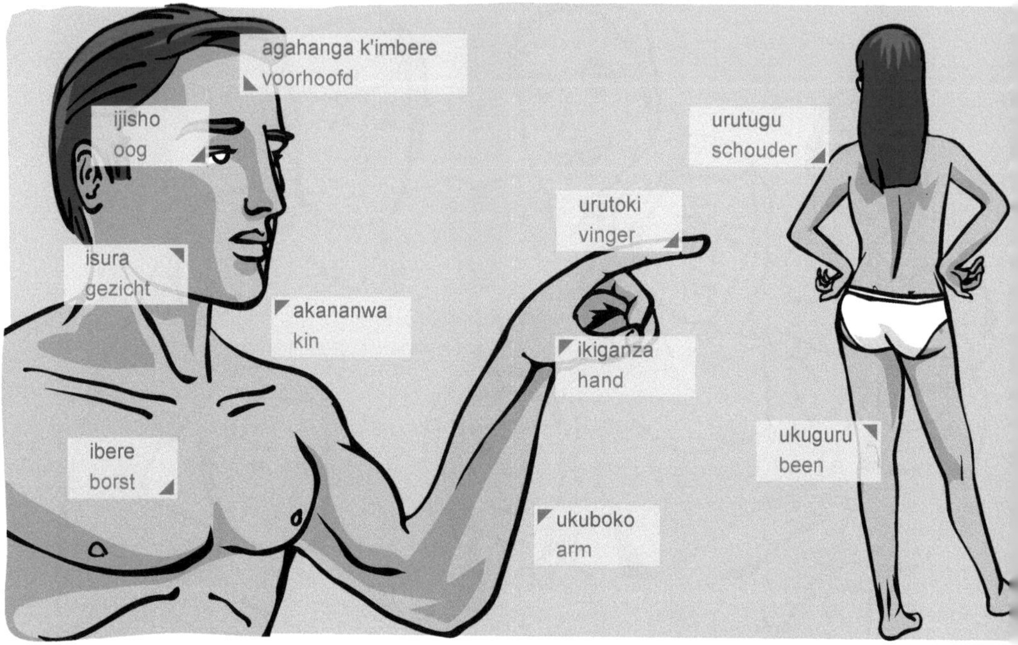

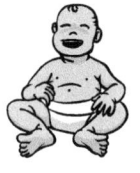

uruhinja

baby

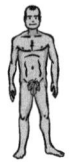

umugabo

man

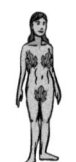

umugore

vrouw

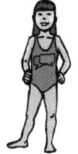

umukobwa

meisje

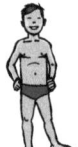

umuhungu

jongen

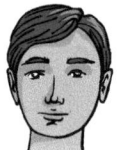

umutwe

hoofd

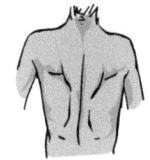

umugongo

rug

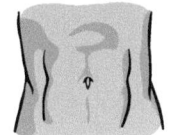

inda

buik

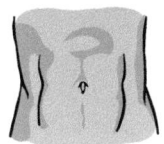

umukondo

navel

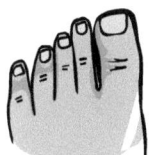

ino

teen

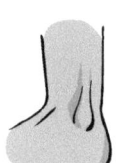

agatsinsino

hiel

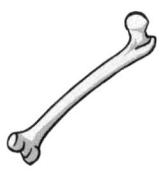

igufa

bot

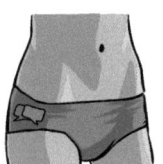

amayunguyungu

heup

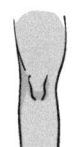

ivi

knie

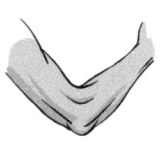

inkokora

elleboog

izuru

neus

ikibuno

zitvlak

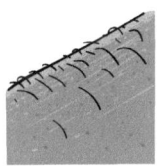

uruhu

huid

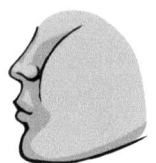

itama

wang

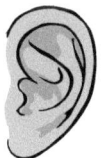

ugutwi

oor

umunwa

lip

mu munwa

mond

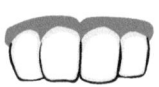

iryinyo

tand

ururimi

tong

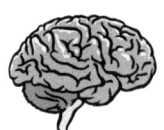

ubwonko

hersenen

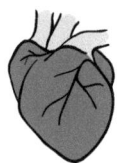

umutima

hart

umutsi

spier

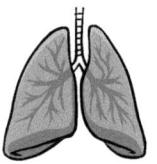

ibihaha

long

umwijima

lever

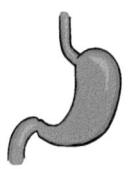

igifu

maag

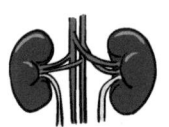

impyiko

nieren

igitsina

seks

agakingirizo

condoom

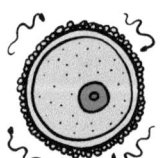

intanga

eicel

amasohoro

sperma

gusama inda

zwangerschap

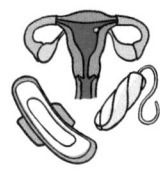

imihango
menstruatie

igituba
vagina

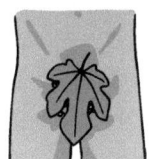

imboro
penis

ibitsike
wenkbrauw

umusatsi
haar

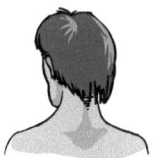

ijosi
nek

ibitaro
ziekenhuis

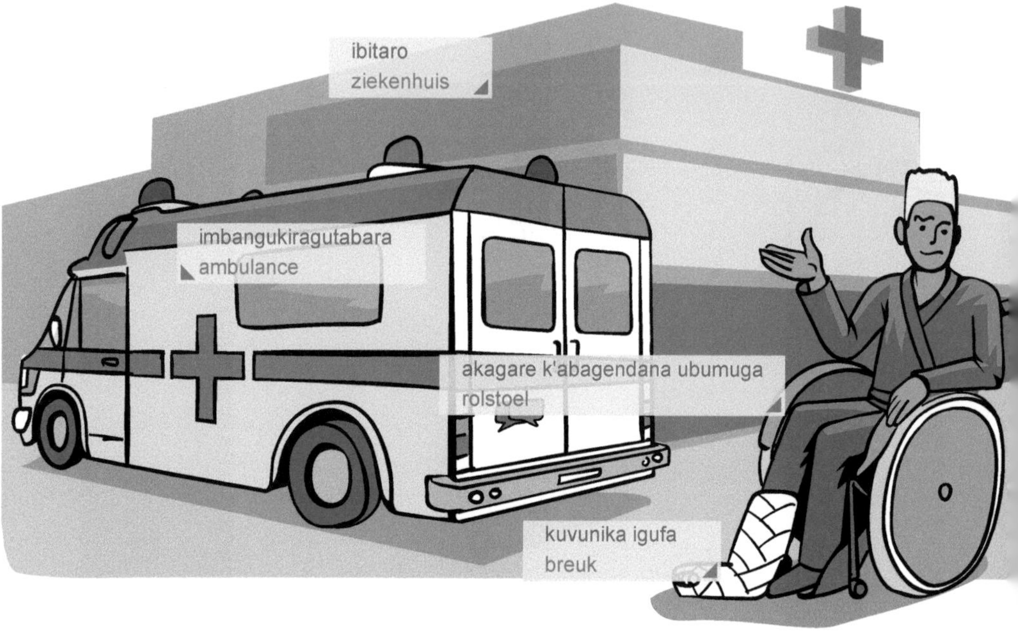

ibitaro
ziekenhuis
imbangukiragutabara
ambulance
akagare k'abagendana ubumuga
rolstoel
kuvunika igufa
breuk

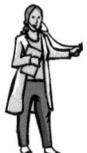

muganga

dokter

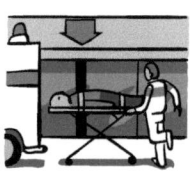

icyumba k'indembe

spoed

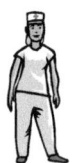

umuforomo kazi

verpleegkundige

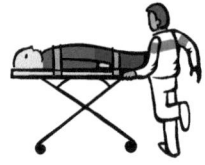

mu ndembe

noodgeval

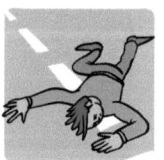

guta ubwenge

bewusteloos

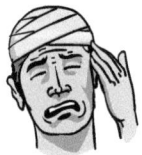

ububabare

pijn

igikomere

verwonding

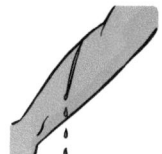

kuva amaraso

bloeding

gufatwa n'umutima

hartaanval

kuziba k'udutsi two mu bwonko

beroerte

kwivumbura k'umubiri

allergie

inkorora

hoest

umuriro

koorts

ibicurane

griep

impiswi

diarree

kurwara umutwe

hoofdpijn

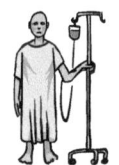

kanseri

kanker

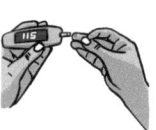

diyabete

diabetes

muganga ubaga

chirurg

icyuma kibaga umurwayi

scalpel

kubagwa

operatie

ifoto yo mu cyuma

CT

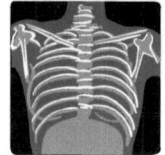

radiyo

röntgenstraal

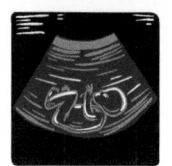

isuzuma rikoresha amajwi

ultrageluid

agapfukamunwa

gezichtsmasker

indwara

ziekte

icyumba bategererezamo

wachtkamer

imbago yo kwicumba

kruk

pasema

pleister

igipfuko

verband

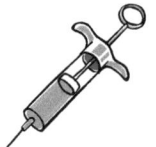

urushinge

injectie

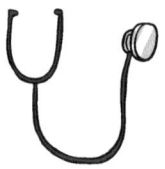

igipimo cy'umutima

stethoscoop

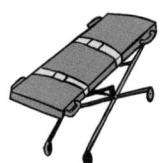

burankari

brancard

igipimo cy'umuriro

thermometer

ivuka

geboorte

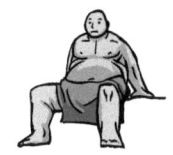

umubyibuho ukabije

overgewicht

yunganirangingo y'amatwi

hoorapparaat

umuti wica mikorobe

ontsmettingsmiddel

ubwandu

infectie

virusi

virus

Virusi itera sida / Sida

HIV / AIDS

ubuganga

medicijn

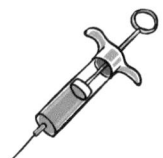

gukingira

vaccinatie

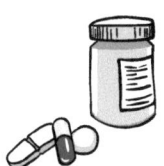

ibinini

tabletten

ikinini

pil

guhamagara byihutirwa

noodoproep

igenzura ry'umuvuduko
w'amaraso

bloeddrukmeter

urwaye / ufite amagara
meza

ziek / gezond

Ntabara!

Help!

inzogera itabaza

alarm

gusagarira

overval

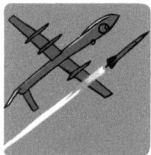

igitero

aanval

icyateza amakuba

gevaar

umuryango unyuramo ukiza amagara

nooduitgang

Inkongi!

Brand!

ikizimyamuriro

brandblusser

impanuka

ongeval

ibikoresho by'ubutabazi bw'ibanze

EHBO-kit

induru itabaza

SOS

polisi

politie

Uburayi

Europa

Amerika y'Amajyaruguru

Noord-Amerika

Amerika y'Amagepfo

Zuid-Amerika

Afurika

Afrika

Aziya

Azië

Ositarariya

Australië

Atalantika

Atlantische Oceaan

Oasifika

Stille Oceaan

Inyanja y'Abahinde

Indische Oceaan

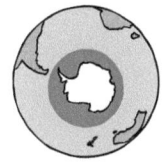

Inyanja y'Antagitika

Antarctische Oceaan

Inyanja y'Arigitika

Arctische Oceaan

Amajyaruguru y'Isi

Noordpool

Amagepfo y'Isi
Zuidpool

Antaragitika
Antarctica

Isi
aarde

ubutaka
land

ikiyaga
zee

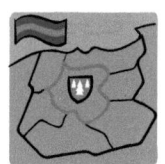

ikirwa
eiland

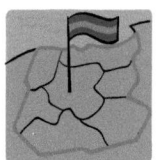

igihugu
natie

leta
staat

kadere y'isaha

wijzerplaat

urushinge rw'amasaha

uurwijzer

urushinge rw'iminota

minuutwijzer

rushinge rw'amasegonda

secondewijzer

ni isaha ki?

Hoe laat is het?

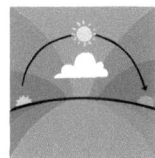

umunsi

dag

igihe

tijd

nonaha

nu

isaha y'imibare

digitale horloge

iminota

minuut

amasaha

uur

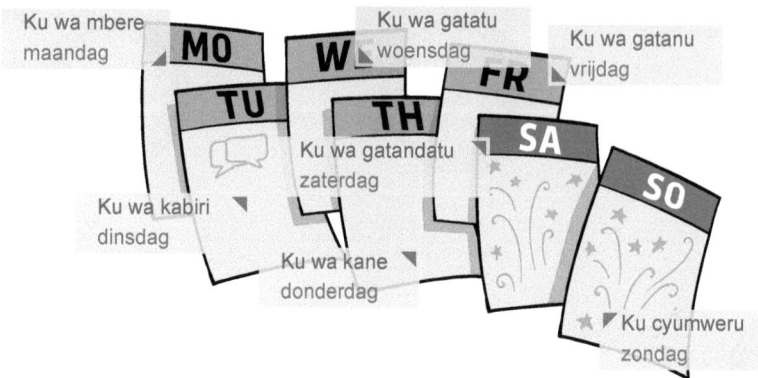

Ku wa mbere
maandag

Ku wa kabiri
dinsdag

Ku wa gatatu
woensdag

Ku wa gatandatu
zaterdag

Ku wa kane
donderdag

Ku wa gatanu
vrijdag

Ku cyumweru
zondag

ejo hashize

gisteren

vandaag

ejo hazaza

morgen

igitondo

ochtend

saa sita

middag

ku mugoroba

avond

iminsi y'akazi

werkdagen

wikendi

weekend

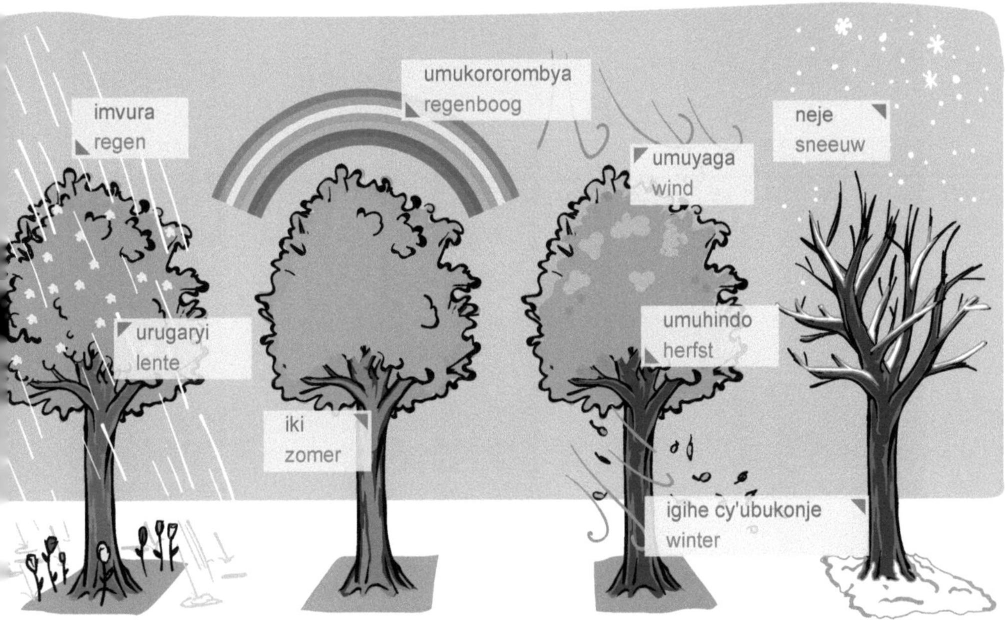

imvura
regen
umukororombya
regenboog
umuyaga
wind
neje
sneeuw
urugaryi
lente
iki
zomer
umuhindo
herfst
igihe cy'ubukonje
winter

4.APRIL 11°
5.APRIL 4°
6.APRIL 13°
7.APRIL 8°
8.APRIL 10°

iteganyagihe

weervoorspelling

F
C
120
90
60
30
0
-30
40
30
20
10
0
-10
-20

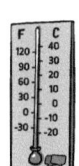

igipimo cy'ubushyuhe

thermometer

izuba rirashe

zonneschijn

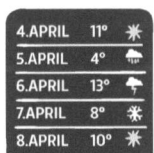

ibicu

wolk

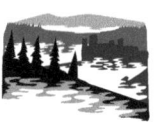

ibihu

mist

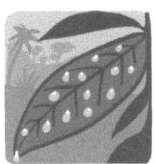

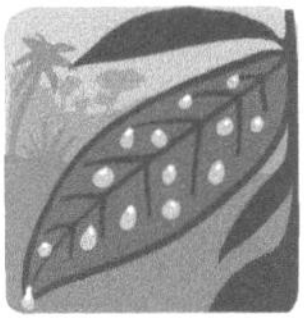

ububobere

vochtigheid

umurabyo
bliksem

inkuba
donder

umuhengeri
storm

urubura
hagel

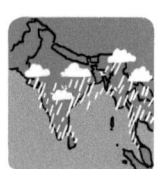

imiyaga ihuha iturutse mu nyanja
moesson

umwuzure
overstroming

barafu
ijs

Mutarama
januari

Gshyantare
februari

Werurwe
maart

Mata
april

Gicurasi
mei

Kamena
juni

Nyakanga
juli

Kanama
augustus

Nzeri

september

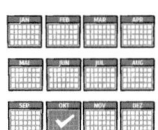

Ukwakira

oktober

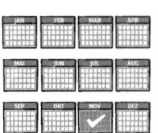

Ugushyingo

november

Ukuboza

december

amaforoma
vormen

uruziga

cirkel

mpandenye

kwadraat

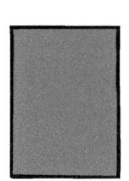

urukiramende

rechthoek

mpandeshatu

driehoek

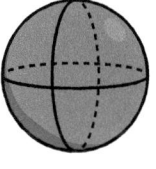

umubumbe

bol

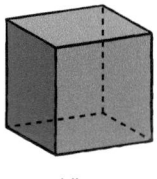

kibe

kubus

umweru
wit

umuhondo
geel

oranje
oranje

iroza
roze

umutuku
rood

isine
paars

ubururu
blauw

icyatsi kibisi
groen

igihogo
bruin

ikigina
grijs

umukara
zwart

byinshi / bike

veel / weinig

urakaye / utuje

boos / kalm

mwiza / mubi

mooi / lelijk

intangiriro / impera

begin / einde

kinini / gito

groot / klein

gikeye / kijimye

licht / donker

musaza / mushiki

broer / zus

gisukuye / cyanduye

proper / vuil

kirangiye / kitarangiye

volledig / onvolledig

umunsi / ijoro

dag / nacht

wapfuye / muzima

dood / levend

hagari / hafunganye

breed / smal

kiribwa / kitaribwa

eetbaar / oneetbaar

umugome / ugwa neza

kwaadaardig / vriendelijk

ushishikaye / warambiwe

opgewonden / verveeld

ubyibushye / unanutse

dik / dun

mbere / nyuma

eerst / laatst

inshuti / umwanzi

vriend / vijand

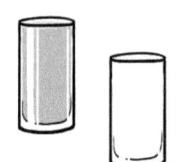

cyuzuye / kirimo ubusa

vol / leeg

gikomeye / cyoroshye

hard / zacht

kiremeye / kitaremereye

zwaar / licht

inzara / inyota

honger / dorst

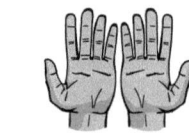

urwaye / ufite amagara meza

ziek / gezond

kemewe n'amategeko / kibujijwe n'amategeko

illegaal / legaal

umunyabwenge / igicucu

intelligent / dom

iburyo / ibumoso

links / rechts

hafi / kure

dichtbij / veraf

gishya / cyakoze
nieuw / gebruikt

nta kintu gihari / hari ikintu gihari
niets / iets

ushaje / muto
oud / jong

atsa / zimya
aan / uit

gifunguye / gifunze
open / dicht

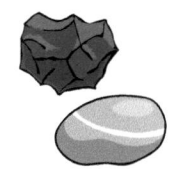

ucecetse / usakuza
stil / luid

ukize / ukennye
rijk / arm

ni byo / si byo
juist / fout

hahanda / hahehereye
ruw / glad

urakaye / wishimye
droevig / blij

mugufi / muremure
kort / lang

urandaga / wihuta
traag / snel

utose / wumye
nat / droog

ashyushye / ahoze
warm / koud

intambara / amahoro
oorlog / vrede

0	**1**	**2**
zeru	rimwe	kabiri
nul	één	twee

3	**4**	**5**
gatatu	kane	gatanu
drie	vier	vijf

6	**7**	**8**
gatandatu	karindwi	umunani
zes	zeven	acht

9	**10**	**11**
icyenda	icumi	cumi na rimwe
negen	tien	elf

12
cumi na kabiri

twaalf

13
cumi na gatatu

dertien

14
cumi na kane

veertien

15
cumi na gatanu

vijftien

16
cumi na gatandatu

zestien

17
cumi na karindwi

zeventien

18
cumi n'umunani

achtien

19
cumi n'icyenda

negentien

20
makumyabiri

twintig

100
ijana

honderd

1.000
igihumbi

duizend

1.000.000
miliyoni

miljoen

Icyongereza

Engels

Icyongereza
cy'Abanyamerika

Amerikaans Engels

Igishinwa k'ikimandarini

Chinees (Mandarijn)

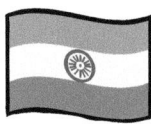

Igihindi

Hindi

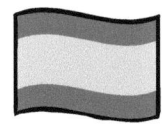

Ikesipanyoro

Spaans

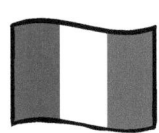

Igifaransa

Frans

Icyarabu

Arabisch

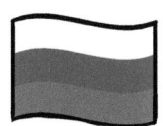

Ikirusiya

Russisch

Igiporutigari

Portugees

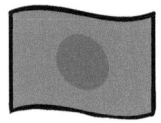

Ikibengari

Bengali

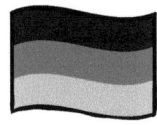

Ikidage

Duits

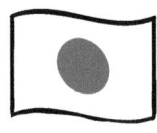

Ikiyapani

Japans

ge

ik

wowe

u

we / we / we

hij / zij / het

twe

wij

mwe

u

bo

ze

nde?

wie?

iki?

wat?

gute?

hoe?

hehe?

waar?

ryari?

wanneer?

izina

naam

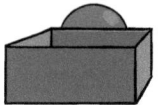

inyuma

achter

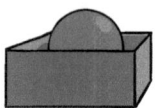

mo imbere

in

imbere ya

voor

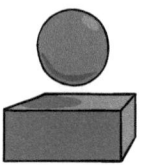

hejuru ya

boven

kuri

op

munsi ya

onder

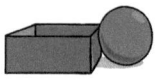

iruhande

naast

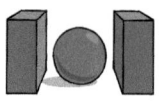

hagati

tussen

ahantu

plaats